ஆளுமையும் இனிமையும் பெறுவது எப்படி?

ENIMYAKA ERUKKA 40 VAZHIKAL

முனைவர் சத்யா வேல்முருகன்

உன் சீரிளமை திறம் வியந்து

செயல் மறந்து வாழ்த்துதுமே!

வாழ்த்துதுமே! வாழ்த்துதுமே!

பொருளடக்கம்

முன்னுரை வii

நன்றி ix

1. நூல் நயம் 1

2. வாழ்வும் இனிமையும் 6

3. ஆளுமையும் அதன் குறைபாடும் 11

4. சிறந்த ஆளுமை இனியது 16

5. கற்றலும் அதற்கேற்ப நிற்றலும் 25

6. வேளாண்மை 29

7. குடும்ப வாழ்க்கை இனியது 31

8. பொதுவாழ்வியல் இனிமைகள் 35

9. மாண்புமிகு அரசாட்சி இனியது 41

10. பொருள் இலக்கண நயம் 45

11. என்றும் இனியது - காலப் பொருத்தம் 51

12. இனியவை மூலமும் உரையும் 62

13. திறனாய்வு 74

முன்னுரை

நம் வாழ்வில் "இனியதை" நாம் அனைவரும் விரும்புகிறோம்....அதை தேடியலைகிறோம்... இனிமை நம்மோடு என்றும் நிலைத்திருக்க விரும்புகி-றோம்... நமது உறவில் வளர்க்க ஆசைப்படுகிறோம்.... சுற்றம் இனியதாக இருக்க எதிர்பார்க்கிறோம்....! அப்படியென்றால் இனியது என்பது எது?

சில செயல்கள் வெளியில் இருந்து உருவாகி நம்முடைய மனதை வந்-தடைந்து இனிமையை உருவாக்குகின்றன. அதேபோல் நமது செயல்கள், எண்ணங்கள் நம்மை மட்டுமன்றி நம்மைச் சார்ந்தோர்களை இனிமை கொள்-ளச் செய்கின்றன. சிலநேரங்களில் மௌனமாக இருத்தலும், ஆன்றோர் அருகில் இருப்பதும் (நல்ல நண்பர்களும்தான்) நம்மை 'இனிமை' கொள்ளச் செய்கின்றன.

எனவே, இனிமை என்பது நம் உள்ளத்தில் தோன்றுவது மற்றுமல்ல, நமது செயல்கள் பிறரிடம் ஏற்படுத்தும் நல்ல தாக்கத்தையும் சேர்த்தே குறிக்-கிறது. வாழ்வியலுக்கு பொருத்தமான நல்ல எண்ணங்களே சிறப்பான செயல்-களாக வெளிப்படுகின்றன. அவை நம் சமூகத்தை முன்னோக்கி நகர்த்திச் செல்பவைகளாகவும் இருக்கவேண்டும்.

இந்த வகையில், பதினெண் கீழ்க்கணக்கு நூல்களில் ஒன்றான "இனி-யவைநாற்பது" மனித வாழ்க்கையை செம்மைப்படுத்த உதவும் வாழ்வியல் நெறிகளை 126 வாழ்வியல் இனிமைகளாக்கி நாற்பது வெண்பாக்களில் கூறு-கிறது. இதன் ஆசிரியரான பூதஞ்சேந்தனார் (கி.பி.725-750) பாண்டிய அரசர் முதலாவது இராசசிம்மன் காலத்தவர். பூதஞ்சேந்தனார் குறிப்பிட்ட வாழ்வியல் இனிமைகளை ஆளுமை, இல்லறம், கல்வி, வேளாண்மை, அரசாட்சி, பொதுவியல், எனும் உட்பிரிவுகளாக வகைப்படுத்தி வாழ்வின் நடைமுறைச் செயல்களோடு தொடர்புபடுத்தி இந்நூல் காலத்திற்கேற்றால்-போல் அமைக்கப்பட்டுள்ளது. அத்தோடு ஆளுமையும் அதன் குறைபாடும் எவ்வாறு இனிமையோடு தொடர்புடையது என்பதை புதிய பரிமாணத்தில் அறியத் தருகிறது. இக்கருத்துக்கள் இந்நூலைப் படிப்போரது உள்ளத்தை வலுப்படுத்துவதோடு தீஞ்செயல்கள் உருவாகாமலும், வெளியிலிருந்து அடை-யவிடாமலும் தடுத்து இனிமையை எங்கும் நிறையச் செய்யும்.

அன்புடன்
சத்யா வேல்முருகன்

நன்றி

இந்நூலை எழுத எனக்கு ஆக்கமும் ஊக்கமும் தந்த எனது குடும்பத்-தினருக்கும் நண்பர்களுக்கும் என் நன்றிகள். நான் கற்றறிந்த பூதஞ்சேந்-தனார் இயற்றிய 'இனியவை நாற்பதென்னும்' தமிழ்நூல் காட்டும் இனியவை-களை என்சிந்தையில் வாங்கி புதுவடிவம் தந்து புலவர் கூறும் கருத்துக்களை சீராக்கி வரிசைக் கிரமமாக்கி இன்றைய நிலைக்கு ஏற்றாற்போல் உதாரணங்-களும் உவமைகளும் இடைவைத்து தமிழ் மொழியில் படைப்பதற்கு எனக்கு தமிழ் கற்றுத்தந்த எனது தாயையும் ஆசானையும் வணங்கி நன்றிகளை சமப்பிக்கிறேன். இப்புத்தகத்தை இவ்வடிவில் கொணர உதவிகள் செய்த பதிப்பகத்தாருக்கு என் நன்றிகள் பல!. சில கருத்துக்களையும் கதைகளையும் பிற படைப்பாளிகளிடமிருந்து எடுத்து தகுந்தமாற்றம் செய்து பயன்படுத்தியி-ருக்கிறேன். அவர்களுக்கும் என் நன்றி! இப்புத்தகத்தை படித்ததினால் ஊக்-கமும், உற்சாகமும் சிறிதளவேனும் ஏற்படின், படித்த அன்பர்களுக்கும் நன்றி!

அன்புடன்
சத்யா வேல்முருகன்

1

நூல் நயம்

கருத்துருவாக்கம்

சங்கம் மருவிய காலத்தில் தமிழில் இயற்றப்பட்ட பதினெட்டு நூல்கள் பதினெண் கீழ்க்-கணக்கு நூல்கள் என வழங்கப்படுகின்றன. சங்க காலத்தில் போட்டி, பூசல், மது அருந்-துதல் ஆகிய நிலைப்பாடுகளை ஒழிப்பதற்காகவும் சங்கம் மருவிய காலத்தில் அறத்தை வலியுறுத்துவதற்காகவும் பதினெண் கீழ்க்கணக்கு நூல்கள் இயற்றப்பட்டுள்ளன என்பது தமிழ் ஆய்வாளர்களின் கருத்தாகும். அதேவேளையில் கடந்த சில ஆண்டுகளாக தமிழ் ஆய்-வாளர்கள் மற்றும் வரலாற்று ஆசிரியர்கள் சிலர் சங்க நூல்கள் தோன்றிய இடம், சூழல், மற்றும் பண்டைத் தமிழகத்தின் அமைவிடம் பற்றியும் புதிய கேள்விகளை எழுப்பி வேறு-பட்ட கோணத்தில் விளக்கங்களும் தருகின்றனர்.

சங்ககாலத்திற்கு முன்பு திராவிட நாகரீகம் ஆரிய நாகரீகத்தில் இருந்து தனித்தது என்-றும், சிந்து சமவெளிநாகரீகமும் திராவிட நாகரீகமும் தொடர்புடையது என்றும் பல ஆய்வுக் கட்டுரைகள் வெளிவந்துள்ளன. அதற்கு முக்கிய காரணங்களாக அறியப்படுவது, அறிவியல் தொழில் நுட்ப வளர்ச்சி, கணினியின் பயன்பாடு, அகழ்வாராய்ச்சிகளினால் கிடைத்த புதிய சான்றுகளேயாகும். இதைப்பற்றி அறுதியிட்டுக் கூறுவதற்கு புதிய தொழில்நுட்பத்தின் உதவி-கொண்டு நாம் இன்னும் பல அகழ்வாராய்ச்சிகள் மேற்கொள்ள வேண்டும். ஆனால் இவை-யனைத்தும் இணைந்தே இன்று இந்திய கலாச்சாரமாக வளர்ந்துள்ளது என்பது அனைவரா-லும் ஏற்றுக்கொள்ளப்பட்ட கருத்தாகும். எனவே, தமிழகத்தின் அமைவிடம் சங்க நூல்களின் காலம் பற்றிய விவாதத்தை தவிர்த்து பண்டைத் தமிழ்நூல் சொல்லும் அறக்கருத்தை புதிய பரிமாணத்தில் இன்றைய வாழ்வியலோடு ஒப்புமைப்படுத்தி உண்மைத் தன்மையை, தமிழின் மேன்மையை தமிழ் நெஞ்சங்களோடு பகிர்ந்து கொள்வது இன்பம் பயப்பதோடு இன்றைய தலைமுறைக்கு அவற்றை எடுத்துச்செல்லும் முயற்சி நன்மை தருவதாகும்.

இந்த வகையில், பதினெண் கீழ்க்கணக்கு நூல்களில் ஒன்றான ''இனியவைநாற்பது'' மனித வாழ்க்கையை செம்மைப்படுத்த உதவும் வாழ்வியல் நெறிகளை எளிய நடையில் எடுத்தியம்புகிறது. இனியவை நாற்பதின் நூலாசிரியர் தாம் கூறும் அறங்களை 'இனிது' என்-னும் சொல்லால் குறிக்கின்றார். இனிய பொருள்களை நாற்பது பாடல்களில் இவர் தொகுத்-துக் கூறியுள்ளதால் இவரது நூல் 'இனியவைநாற்பது' என வழங்கப்படுகிறது. ''இனிய''

(இனிமை) என்ற தமிழ்ச்சொல் இன்றும் நம் வழக்கில் மரபு மாறாது பயன்படுகிறது என்பதும் இனியதே.

நூலமைப்பு

பதினெண் கீழ்க்கணக்கு நூல்களில் திருக்குறள், நாலடியார், நான்மணிக்கடிகை, இனி-யவை நாற்பது, இன்னா நாற்பது, திரிகடுகம், ஆசாரக்கோவை, சிறுபஞ்சமூலம், பழமொழி, முதுமொழிக் காஞ்சி, ஏலாதி என்கிற பதினொரு நூல்களும் நீதிநூல்களாகும். பொதுவாக இந்நூல்கள் அறம், பொருள், இன்பம் என்னும் முப்பொருள்களையும் குறைந்த அடிகளில் சிறப்புற (நான்கு அடிகளுக்கு மிகாமல்) உரைப்பவை. அவற்றை ஆழ்ந்து நோக்கும்போது, சங்ககாலச் சான்றோர்கள் பட்டறிந்த உண்மைகளையே பிற்காலப் புலவர்கள் நீதிக் கருத்துக-ளாகப் போற்றினர் என எண்ணத் தோன்றும். அதேவேளையில், நீதி நூல்களின் இலக்கியச் சுவையும் கற்பனையும் குன்றித் தோன்றினாலும் அவை மக்களின் வாழ்வைச் செம்மைப் படுத்தும் சீரிய நோக்கத்திற்காக படைக்கப்பட்டன என்பது தமிழ் ஆய்வாளர்களின் கருத்தா-கும். இனியவை நாற்பதும் இந்த நோக்கத்தைச் சேர்ந்தது எனலாம். ஒப்புமையும் இயற்கை வர்ணனைகளும் குறைவாக இருந்தபோதும் 'இனிது' என்ற சொல் மீண்டும் மீண்டும் பாடல்-தோறும் ஒலித்து ஒரு மெல்லிய அதிர்வலைகளை மனத்தில் ஏற்படுத்துகிறது. அது நம்மை நூல்கூறும் பொருளோடு சந்தம் வழியாக எளிதில் ஒன்றிட வைக்கிறது என்பதை உணரலாம்.

மூன்று இனிய பொருள்களை மிகுதியும் எடுத்துக் கூறும் இந்நூல் திரிகடுகத்தோடு ஒத்த பண்பு உடையதாக பார்க்கப்படுகிறது. திரிகடுகத்தில் எடுத்தாளப் பெறும் சொற்பொ-ருள்மைதிகளை இனியவை நாற்பது பெரிதும் அடியொற்றிச் செல்வதாகவே தமிழ் ஆய்-வாளர்கள் கருதுகின்றனர். அதேவேளையில், அக்காலத்தில் எழுதப்பட்ட மற்றொரு தமிழ் நூலான **'இன்னாநாற்பது'**, அறம் அற்ற செயல்களை "இன்னா" என்று ஒதுக்கிவிட வலி-யுறுத்தும் அமைப்பில் அமைந்துள்ளது கவனிக்கத் தக்கது. எனவே, இவற்றின் அடிப்படை-யில் நோக்கும்போது, பொருளமைப்பில் திரிகடுகத்தையும், நூல் அமைப்பில் இன்னா நாற்-பதையும் இந்நூலிசிரியர் பின்பற்றினார் என்று எண்ணத் தோன்றுகிறது. இருப்பினும் தாம் வாழும் காலத்துக்கு ஏற்ற அறக்கருத்துக்களைக் கூறும் போது, முன்னோர்கள் வலியுறுத்-திச் சென்ற மாண்புகளை ஏற்றுக்கொண்டு நூல் அமைத்தல் ஏற்றுக்கொள்ளத்தக்கதே. அது தமிழ் மொழியின் சிறப்பையும், புலவர்தம் கருத்துக்களின் மேண்மையையும் காட்டுவதேயன்றி வேறில்லை.

மேலும் பதினென் கீழ்க்கணக்கில் உள்ள 'நாற்பது' எனமுடியும் பெயர்கொண்ட நான்கு நூல்களுள் இரண்டாவது நூல், மதுரைத் தமிழாசிரியர் மகனார் பூதஞ் சேந்தனார் எழுதிய 'இனியவை நாற்பது'. ஒவ்வொன்றும் வாழ்க்கைக்கு 'நன்மை தருவனவற்றை' அல்லது 'இன்பம் தருவனவற்றை', 'இனியவை' எனக் கூறும் 40 பாடல்கள் கொண்ட தொகுதி என்பதால் இனியவை நாற்பது எனப் பெயர் பெற்றது. ஆனால், இனியவை நாற்பது நூல் முழுவதும் ஒரேமாதிரியாக அமைந்திருக்கவில்லை. நூலமைப்பில், நான்கு இனிய பொருள்களை எடுத்துக் கூறும் பாடல்கள் இனியவை நாற்பதில் நான்கு மட்டும்தான் உள்ளன (இ,நா 1,3,4,5). மற்ற பாடல்கள் அனைத்தும் மும்மூன்று இனிய பொருள்களை சுட்டியுள்ளன. பாடல் அமைப்பில் முதல் இரண்டு அடிகளில் இரு பொருள்களும் (இனியவையும்), பின் இரண்டு அடிகளில் ஒரு பொருளுமாக (இனியது) அமைந்துள்ளன. மொத்தம் 127 இனியவைகளைப் பற்றி இந்நூல் கூறுகிறது. இன்னா நாற்பது போலவே இனியவை நாற்பதிலும் கடவுள் வாழ்த்து மட்டுமே கடவுளைக் குறிப்பிடும் பாடல். மற்ற பாடல்களில் சமயக் குறிப்புகள் தவிர்க்கப்பட்டுள்ளன. சாதி பிரிவுகள், சமுதாய ஏற்றத்தாழ்வுகள் காட்டப்படவோ அவற்றைப் பற்றிய கருத்துக்களோ இந்நூலில் இடம்பெறவில்லை. இந்நூல் மக்களை பொதுவாகவும், மனித சமுதாயமாகவுமே பார்க்கிறது.

இந்நூல் எழுதப்பட்ட காலத்திற்கு முற்பட்ட திருக்குறள் மற்றும் திரிகடுகத்தில் வலியுறுத்தப்பட்ட அறக்கருத்துக்களும், சொல்லமைவுகளும் இனியவைகளாக சில இடங்களில் காட்டப்பட்டுள்ளது என்பது வெளிப்படை உண்மை. முன்பே கூறியதுபோல், அதில் தவறேதும்

இல்லை என்றே கருதத் தோன்றுகிறது. மாறாக அது தமிழ் நூல்களின் மேன்மையை நிலைப்புத் தன்மையை பறைசாற்றுகின்றன. பிற அறங்களை தவிர்க்க நேர்ந்தாலும் எந்நிலையிலும் கைவிட முடியாத அறங்கள் என்று பிறன்மனை நோக்காமை (குறள் 150), புறங்கூறாமை (குறள் 181) வாய்மை (குறள் 297), கல்வி என்று பலவற்றைச் சுட்டும் வள்ளுவர் முடிவாக வாய்மையைக் கூட இரண்டாம் நிலைக்குத் தள்ளி கொல்லாமைக்கு முடிசூட்டுகிறார் (குறள் 323). இருப்பினும், உவமைகளுக்கும் உருவகங்களுக்கும் முக்கியத்துவம் கொடுக்காது அறங்களை மட்டுமே வலியுறுத்தும் நோக்குடன் இனியமை நாற்பது எழுதப்பட்டதாக கருதலாம். அதேவேளையில் காலத்திற்கேற்ற சில கருத்துக்களையும் வாழ்வியல் மாற்றங்களையும் இந்நூலில் காணமுடிகிறது.

மேலும், அறங்களை 'இனிது' என்று கூறியிருப்பதால் அது படிப்போரை, கேட்போரை கவருமாறு இருப்பதோடு வாழ்வியல் நெறிகளை மென்மையாகச் சொல்லும் சொல்லமைப்பாக அமைந்துள்ளது. சுருக்கமாக இன்றைய உளவியல் மற்றும் உற்பத்தி பெருக்க பயிற்சியாளர்கள் பயிற்றுவிக்கும் 'மென்திறனுக்கு' (சாப்ட் ஸ்கில்) இணையானது எனலாம்.

நூலாசிரியர்

இந்நூலின் ஆசிரியர் மதுரைத் தமிழாசிரியர் மகனார் பூதஞ்சேந்தனார் என தமிழ் ஆய்வாளர்கள் தெரிவித்துள்ளனர். 'சேந்தனார்' என்பது இயற்பெயர். 'பூதன்' என்பது இவர் தந்தையார் பெயர் என அறியப்படுகிறது. சேந்தன் என்பது அன்றைய தமிழர்கள் வழிபட்ட 'முருகனுக்கு' உரிய பெயர்களில் ஒன்றாகும். எனவே, பண்டைத் தமிழர்களின் கடவுளாக முருகன் கருதப்பட்டமையும், இறைவனின் பெயரை சூட்டிக்கொள்வதும் நடைமுறையில் இருந்து வந்தை அறியலாம். அப்பெயர் இன்று தமிழர்களின் அடையாளச் சின்னமாகவும் மிகவும் அதிகமாக ஆண்கள் வைத்துக்கொள்ளும் பெயராகவும் மாறிவிட்டது.

வரலாற்றுக் காலம்

இந்நூலின் ஆசிரியர் சிவன், திருமால், பிரம்மன் முதலிய மூவரையும் பாடியிருப்பதால் பொதுச்சமய (சர்வ சமய) நோக்குடையவர் எனலாம். இவர் பிரமனைத் துதித்திருப்பதால் கி.பி ஏழாம் நூற்றாண்டுக்குப் பிந்தியவர் என்பதோடு, இன்னா நாற்பதின் பல கருத்துக்களை அப்படியே எடுத்தாளுவதால் இவர் அவருக்கும் பிந்தியவர் எனலாம். அதனால் இவரது காலம் கி.பி.725-750 எனப்பட்டது. இக்காலத்தில் மதுரையை ஆண்ட பாண்டிய அரசர், அரிகேசரி பராங்குச மாறவர்மன் என்ற முதலாவது இராசசிம்மன் (கி.பி 710 முதல் 760 வரை) ஆவார். ஆனால் இம்மன்னரைப் பற்றிய எந்தக் குறிப்பும் இந்நூலில் இடம்பெறவில்லை. இருப்பினும், மருதநில பொருளமைப்புகள், விதைக்காக சேமித்து வைத்திருக்கும் தானியங்கள், வேளாண்மையின் மேன்மை, மழையை எதிர்பார்த்திருக்கும் வேளாண்மை, ஊர்கட்டுப்பாடு, நதிக்கரை கிராமங்கள், இளையோர்களைக் கொண்ட படை, யானை மற்றும் விரைந்து செல்லும் குதிரை படையின் தேவை, நல்லரசின் மேன்மை மற்றும் சுற்றம் போற்றுதல் என பல்வேறு பாண்டிய நாட்டுக்கு அதிகம் பொருந்தும் கருத்துக்களை இந்நூலிசிரியர் கூறியுள்ளார்.

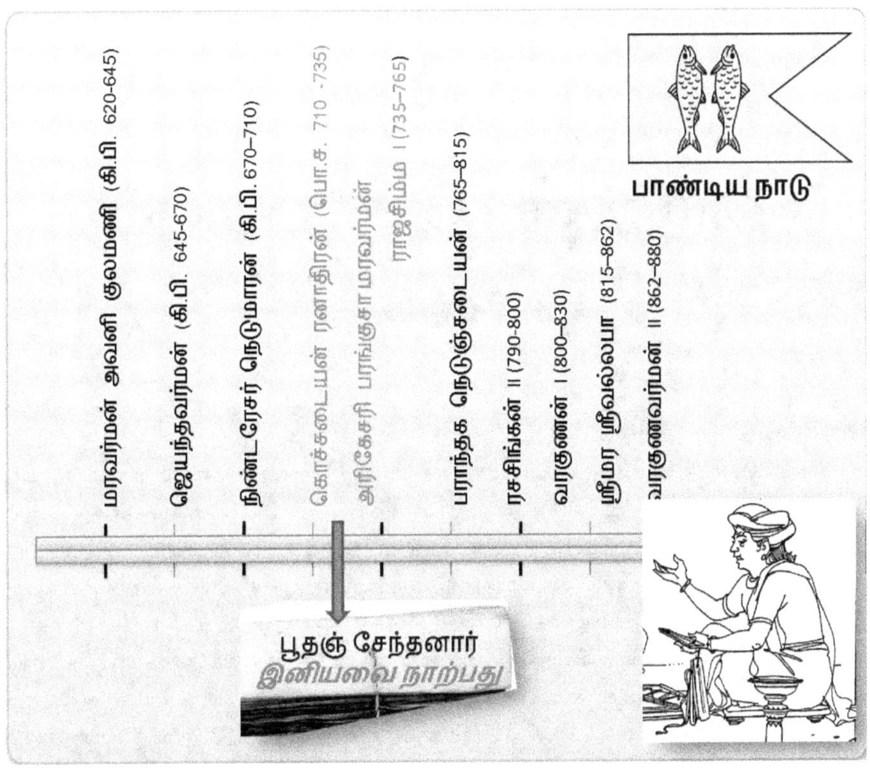

பொதுவாக அரசு, அறம், அறிவு, இறை, தனி நிலை மற்றும் வாழ்க்கை முறைகளை நன்குணர்ந்து, மக்களின் செயல்களைப் புரிந்து, தமிழ் நூல்களின் வழிநின்று எதிர்காலத் தேவையறிந்து மக்கள் இனிமையாக வாழும் பொருட்டு பூதஞ்சேந்தனார் இந்நூலைப் படைத்துள்ளார் எனலாம்.

2

வாழ்வும் இனிமையும்

இனியதுஎது?

காலைப்பொழுது இனியதாக விடியுமானால் அன்று முழுவதும் நாம் உற்சாகமாக நமது வேலைகளைச் செய்கிறோம். வாரத்தின் முதல்நாள் இனியதாக இருந்தால் அந்த வாரம் முழுவதும் நாம் சிறப்பாக பணியாற்ற முடியும் என நம்புகிறோம். ஒருவாரம் இனிமையாக இருந்துவிட்டால் அந்த மாதம் சிறப்பானதாக அமையும் என்று எதிர்பார்க்கிறோம். வருடத்-தின் முதல் மாதத்தை இனிமையாக வைத்துக் கொண்டால் அந்த வருடம் சிறப்பானதாகவும் இலக்கை நோக்கிய பயணம் வெற்றிகரமாக இருக்குமென எதிர்பார்க்கிறோம். எனவே, எந்த செயலானாலும் கால அளவு எப்படியாயினும் நாம் இனிமையோடு தொடங்கவேண்டும் என விரும்புகிறோம். அப்படிப்பட்ட இனிய தொடக்கம், எடுத்த காரியத்தில் நமக்கு வெற்றியைத் தரும் என நம்புகிறோம்.

சிலநேரங்களில் ஒருவரின் இனிமை மற்றொருவரின் ஏமாற்றமாக அமைந்துவிடும். இங்கு ஒரு நகைச்சுவைத் துணுக்கு சொல்கிறேன்.

பொழுது புலரும் சமயம். அந்த ஊர் சுறுசுறுப்பாக இயங்க ஆரம்பித்தது. இனிமையைத் தேடி மலரும்பொழுதில் பலரும் வேறுவேறு செயல்களில் ஈடுபட்டிருந்தனர். அப்போது பேப்பர் பையன் "அதிசயம்..அதிசயம், ஐம்பது முட்டாள்கள்..சுடச்சுட ஐம்பது முட்டாள்கள் மாட்டி-னர்" என்று கத்திக் கொண்டே சென்றான்.

வழியில் நடைப்பயிற்சி செய்துகொண்டிருந்த ஒருவர் ஆர்வத்துடன் ஒரு செய்தித்தாளை விலைக்கு வாங்கிப் பக்கங்களைப் புரட்டினார். செய்தித்தாள் விற்ற பையன் சொன்ன அந்தச் செய்தியைக் காணவில்லை....!

"பையா..! நீ கத்தியது போன்று எந்தச் செய்தியும் இல்லவே இல்லையே" என்றார்.

அப்படியா....? "அதிசயம்.. ஐம்பத்தோரு முட்டாள்கள்..சுடச்சுட செய்தி..ஐம்பத்தோரு முட்டாள்கள் மாட்டினர்" என்று கத்திக் கொண்டே விருட்டென்று சைக்கிளில் சென்றுவிட்-டான்.

ஏமாறுவதும், ஏமாற்றுவதும் இனிமை தராது. அது இனிமையும் அல்ல. அது சங்கிலித் தொடர்போல் எதிர்மறையான செயல்களை உருவாக்கும்.

நமது பண்பாடு எது? ஏமாற்றுவதா அல்லது உபசரிப்பதா? சமுதாயம் ஏற்றுக்கொண்டது உபசரிப்புத்தான் (விருந்தோம்பல்).

இன்றும் நம் வீட்டிற்கு விருந்தினர்கள் வந்துவிட்டால் பலகாரங்கள் (உண்பண்டங்கள் / சாப்பாடு), பானங்கள் (காபி, டி, குளிர்பானங்கள்) கொடுத்து உபசரிக்கின்றோம். இல்லை-யேல், குடிக்க தண்ணீராவது கொடுத்து வந்தவர்களின் தாகத்தைப் போக்கி உறவை இனிய-தாக்க முயல்கிறோம். அல்லவா....?

நேரமின்மையோ, வறுமையோ.... குறைந்தபட்சம் வீட்டிற்குள் அழைத்து நலம் விசாரித்து அனுப்புகிறோம். எடுத்த எடுப்பில் சராசரி மனிதர்கள் யாரும் கடுஞ்சொற்களை விருந்தி-னர்கள் மீது பயன்படுத்துவதில்லை. பள்ளி, கல்லூரி, அலுவலகம் செல்வோர் காலையில் நண்பர்களுடன் சிறிது நேரம் கூடிப்பேசி மகிழ்கின்றனர். சில நேரம் அப்போது யாரையாவது காலைவாரி விடுவதும் உண்டு....! பொழுது போக்கிற்காகவும், நம்மை உணரவைப்பதற்கா-கவும் இத்தகைய செயல்களை செய்து நண்பர்களை சிரிக்க வைக்கிறோம். இது பொழுது-போக்கு அல்லது நேரத்தை கடத்தும் செயல். பொழுதுபோக்கு என்பது வேறு, 'இனிமை' என்பது வேறு என்பதை உணர்வோம்.

சிலநேரங்களில் குடும்பத்தில் கருத்து வேற்றுமை வார்த்தைகளாய் வெளிப்படும்போது, காலங்காத்தால் என்னத்துக்கு.... விடு அப்புறம் பார்க்கலாம், என்று பலநேரங்களில் விட்டு விடுகின்றோம். கடுஞ்சொற்களும், தவறான செயலும் மனித உறவுகளைப் பாதிப்பதோடு நாம் மேற்கொண்ட செயல்கள் அப்படியே நின்றுவிடவோ தோல்வியில் முடியவோ வழிவ-குக்கலாம். இதை உணர்ந்து செயல்படுபவர்கள் வாழ்வில் முதிர்ச்சி பெற்றோர் எனப்படுவர். எனவே, உபசரித்தலும் இனிய வார்த்தைகளைப் பயன்படுத்தலும் நமது அன்றாடச் செயல்பா-டாகவே மாறிவிட்டது. இதை வள்ளுவரும் "இனிய உளவாக இன்னாத கூறல் கனியிருப்ப காய்கவர்ந் தற்று" என்கிறார். அதேவேளையில் இனிமை தவழ வகைவகையான இனிப்பு பதார்த்தங்களும் தடபுடலான உபசரிப்புகளும் தேவையில்லை, நண்பர்களிடம் 'இன்சொல் பேசி' இயலாதவற்றை 'இல்லை' என்றும் மறுக்கலாம். இதேபோல், அரசு உயர்பதவியில் உள்ளோர், நேர்மையாக இருக்கவிரும்பினால் தவறான செயல்களுக்கு துணைபோகாமல் 'இன்சொல்' கூறி நல்லதைச் செய்யுங்கள், வெற்றிகிட்டும் என்று சொல்லி மறைமுகமாக மறுக்கலாம். அவர்களை பிழைக்கத் தெரியாதன் என்று சிலர் கூறலாம், ஆனால் 'இனிமை' அவர்களிடம் குடிபுகுந்து வாழும்....!

இரவில் மெல்லிதாய் கேட்கும் பாடலோ மெல்லிசையோ நம் கண்களை மூடவைத்து இதயத்தை ஈரமாக்கி இனிமையை உருவாக்குகிறது. சிலநேரம், வ.உ.சிதம்பரனார் நாட்டிற்-காக செக்கிழுத்தார், பல துன்பங்களைத் தாங்கி 'சுதேசி கப்பல்' இயக்கினார் என்பதைப் படிக்கும்போது இதயம் உருகினாலும், அவரின் நற்குணங்கள் நம்மை நெஞ்சை நிமிரவைத்து இனந்தெரியாத ஒரு இனிமைத் தருகின்றது. பாரதியின் கவிதைகள் நம் நரம்புகளைத் தூண்டி, புரட்சி கருத்துக்களை மூளையில் பதிவேற்றம் செய்து ஒருவகையான 'இனிமையை' உணரவைக்கின்றன.

சுருக்கமாக வாழ்வில் "இனியதை" நாம் எல்லோரும் தேடுகிறோம்.... அது நம்மோடு என்றும் நிலைத்திருக்க விரும்புகிறோம்.... நமது உறவில் வளர்க்க ஆசைப்படுகிறோம்.... சுற்றம் இனியதாக இருக்க எதிர்பார்க்கிறோம்....!

அப்படியென்றால் இனியது எது?

உடலுக்கு உகந்த பதார்த்தங்களா? மகிழ்வைத் தரும் செயல்களா? நம்மை உற்சாகப்-
படுத்தும் நிகழ்வுகளா? கல்வியா? ஆன்றோரின் நட்பா? அழகானோரின் இன்சொற்களா?
ஒருவரை ஒருவர் வகைபாடுதலும் காலை வாரிவிடுதலாமா? அல்லது ஒரு சொல்லில்
நட்பை, வாழ்க்கை துணையை உதறிவிடுதலா?

இதில் ஒன்றை நாம் உற்று நோக்க வேண்டும். சில செயல்கள் வெளியில் இருந்து
உருவாகி நம்முடைய மனதை வந்தடைந்து இனிமையை உற்பத்தி செய்து நம்மை பரவசப்-
படச் செய்கின்றன. அதேபோல் நமது செயல்கள், எண்ணங்கள் நம்மை மட்டுமன்றி நம்-
மைச் சார்ந்தோர்களையும், சுற்றத்தையும் இனிமை கொள்ளச் செய்கின்றன. சிலநேரங்களில்
மௌனமாக இருத்தலும், ஆன்றோர் அருகில் இருப்பதும் (நல்ல நண்பர்களும்தான்) நம்மை
'இனிமை' கொள்ளச் செய்கின்றன. ஆனால், சில அற்ப செயல்களும், வெடித்து விழும்
வார்த்தைகளும் உறவில் சூழலில் இருள்படரச் செய்துவிடுகின்றன...!

எனவே, இனிமை என்பது நம் உள்ளத்தில் தோன்றுவது மற்றுமல்ல, நமது செயல்கள்
பிறரிடம் ஏற்படுத்தும் நல்ல தாக்கத்தையும் சேர்த்தே குறிக்கிறது என்பதை அறியலாம்.
இவைகள் அறச்செயல்கள் என்று ஆன்றோர்கள் குறிப்பிட்டாலும், அவை நமது நற்சிந்-
தனையையும் உள்ளடக்கியது. ஏனெனில், தெளிவான சிந்தையும், வாழ்வியலுக்கு பொருத்-

தமான நல்ல எண்ணங்களுமே சிறப்பான செயல்களாக வெளிப்படுகின்றன. அவை அனை-வருக்கும் பொருத்தமானவை. சமூகத்தை முன்நோக்கி நகர்த்திச் செல்பவை. நமது வாழ்வை இனிமை கொள்ளச் செய்பவை. உதாரணமாக வெறுப்பு, கோபம், இகழ்ச்சி, எரிச்சல் போன்ற குணங்களை கட்டுக்குள் வைத்து, புன்னகையை இன்சொல்லை முகத்தில் கொண்டவர்கள் சிறந்த ஆளுமையாக ஏற்றுக்கொள்ளப் படுகிறார்கள். அவர்கள் இருக்குமிடத்தில் இனிமை சூழ்கிறது. இதில் எதிர்மறையான விளைவுகள் என்பது சிறிதும் இல்லை. எனவே தான் இது "இனிமை" எனப்பட்டது.

இனிமை பல காரணிகளை உள்ளடக்கியது. பல நல்விளைவுகளை தரவல்லது. பலரை-யும் உள்ளடக்கியது. சில நேரங்களில் காலங்களைக் கடந்தது. மனித குலத்துக்கு ஏற்பு-டையது. இனிமை மனிதனின் எண்ணத்தில் பிறப்பதால் அதை பாதிக்கும் வலிமைப்படுத்தும் காரணிகளை அறிவது இனிமைதரும் அன்றோ....!

இனியவாழ்வுக்குவழி

அனைவரும் விரும்பும், தேடிச்செல்லும் இனிமையை பூதஞ்சேந்தனார் நாற்பது வெண்-பாக்களில் வடித்துத் தந்துள்ளார். பெரும்பாலும் அது அக்கால அறமாகவோ இந்நூலா-சிரியரின் காலத்திற்கு முற்பட்ட நற்சிந்தையாகவோ இருக்கலாம். சிலநேரங்களில் இந்நூல் தோன்றிய காலத்திற்கு முந்தைய நூல்களிலிருந்து தேர்ந்தெடுக்கப்பட்ட சிறப்பான அறச்-செயல்கள் வழிமொழியப் பட்டுள்ளதை அறிய முடிகிறது. அது உளவியல், இல்லறவியல், மேலாண்மை, பொதுவாழ்வியல் சார்ந்த இன்றைய காலஓட்டத்திற்கும் பொருந்தும் கருத்-துக்களாவே உள்ளன. அவை ஒரு மனிதனை செம்மைப்படுத்தி, குணத்தை நேர்படுத்தி, செயலை சுறுசுறுப்பாக்கி அன்பை ஏற்றிவைத்து நட்பை படரவிட்டு இலக்கை நோக்கி நகர்த்திச் செல்கின்றன. தனிமனிதனையும் சமுதாயத்தையும் அறவழியில் இணைத்து இயங்-கச் சொல்கிறது. இதனால், 'இனியது பிறந்து எங்கும் நிறையும்' என்று வழிகாட்டுகிறது இந்நூல். மேலும், இந்நூலாசிரியர் ஒவ்வொரு பாடலிலும் சொல்லும் இனிமைகள் பெரும்பா-லும் ஒன்றுக்கொன்று தொடர்பற்றவை, சில நேரங்களில் தொடர்ந்து வருபவை. இருப்பினும் இலக்கிய நயமும், பொருள்நயமும் ஓங்கும் வண்ணம், இனியவை நாற்பது எனும் மூலநூலில் எழுதப்பட்ட பாடல்களை வரிசைமாற்றி வெவ்வோறு பொருட்களில் திரட்டி, இனியவைகளை ஒன்றுக்கொன்று தொடர்புபடுத்தி இந்நூலில் அமைத்துள்ளேன். அதேவேளையில் பூதஞ்சேந்-தனார் குறிப்பிட்ட இனிமைதரும் அறச்செயல்களை செய்யுள் அமைப்பை எள்ளளவும் மாற்-றமில்லாமல் அறியத்தருகிறேன். விளக்கங்களும் உதாரணங்களும் தற்கால நடைமுறைக்கு ஏற்றால்போல் கால ஓட்டத்தோடு பொருந்தும் சொல்அமைப்பில் எழுதப்பட்டுள்ளன.

பூதஞ்சேந்தனார் குறிப்பிட்ட 126 வாழ்வியல் இனிமைகளை தொகுதிகளாக வகைப்ப-டுத்தி உதாரணங்கள், வாழ்வின் நடைமுறைச் செயல்களோடு தொடர்புபடுத்தி இந்நூலை படைக்க எனக்கு உதவியதும் பிற தமிழ் நூல்களே.... அந்த வெளிச்சத்தில்தான் இந்நூல் ஆளுமை, இல்லறம், கல்வி, வேளாண்மை, அரசாட்சி, பொதுவியல், எனும் உட்பிரிவுகளாக அமைக்கப்பட்டுள்ளது. இந்த உட்பிரிவுகளை முழுமையாக அறிவதின் மூலம் இனிமையான செயல்கள் மட்டுமல்லாது அந்த இனிமையை குலைக்கும் செயல்களையும் சிந்தனைகளையும் நாம் அறிந்துகொள்ள முடியும். இதனால் நமது உள்ளம் வலுப்படுவதோடு தீஞ்செயல்கள் நம்மிடம் உருவாகாமலும், வெளியிலிருந்து நம்மை அடையவிடாமல் தவிர்க்கவும் செய்யலாம் என்ற எண்ணத்தாலே இப்படி மாற்றங்கள் செய்து திரட்டப்பட்டுள்ளது. இருப்பினும் மாற்றங்-கள் இன்றி மூலநூலும் அதன் விளக்கமும் தனிப்பகுதியாக இந்நூலில் அமைக்கப்பட்டுள்-ளது.

3

ஆளுமையும் அதன் குறைபாடும்

வரலாற்றில் இராம பிரானை சிறந்த ஆளுமையுடையவர் என்கிறோம். இராஜராஜ சோழனை மிகச்சிறந்த ஆட்சி குணாதியங்கள் உடைய ஆளுமை என்கிறோம். முன்னால் குடியரசுத் தலைவர் அப்துல் கலாமை, இசைமேதை சுப்புலட்சுமியை சிறந்த ஆளுமையுடை-யவர்கள் என்கிறோம், வீட்டில் நமது அம்மாவை தாத்தாவை குடும்ப ஆளுமை என்கிறோம். இவையனைத்தும் மனிதர்களின் வேறுபட்ட திறன்கள். சிந்தையின் செயல்கள். அப்டியாயின் ஆளுமை என்பது என்ன? அது குணமா? செயலா? கருணையா? திறனா?

ஆளுமையை ஏன் இனியவை நாற்பது வார்த்தைகளில் வடித்தது? ஏன் அதற்கு இவ்-வளவு முன்னிலை? ஆளுமை எவ்வாறு இனியதுடன் தொடர்புடையதாகிறது? ஆளுமை இன்றி இனியது உருவாகாதா? அல்லது சிறந்த ஆளுமையின்றி இனியதை பெறமுடியாதா? இப்படியெல்லாம் பல கேள்விகள் நம்முள் எழுகின்றன.

இதற்கு பதில் அறிய வேண்டுமெனில் இனியவைகளை அறிந்துகொள்ள வேண்டும். அதேவேளையில் இனியவை நாற்பது பாடல்களில் சொல்லப்படும் ஆளுமையுடன் தொடர்-புடைய இனியவைகளை தெரிந்து கொள்ளும்முன், ஆளுமையை தமிழ்வழி அறிதல் நமது புரிதலை மேம்படுத்தும் அல்லவா?

'ஆளுமை' என்பது மனிதனின் சிந்தனை, உணர்வு மற்றும் நடத்தை ஆகியவற்றின் தனிப்பட்ட வேறுபாடுகளை அதாவது சிறப்பியல்பு வடிவங்களைக் குறிக்கிறது. இது ஒரு தனிநபரின் சிந்தனை, அவரது உடல் தோற்றம், உணர்வுகள், சமூக தொடர்பு, மன மற்றும் சமூக ஒப்பனை பற்றிய அனைத்தையும் உள்ளடக்கியது. சில நேரங்களில் காலத்திற்கேற்றபடி செயல்படும் திறனையும் சேர்த்துக் கொள்கிறது. ஆளுமை பற்றிய உலகலாவிய ஆய்வுகள் இரண்டு பரந்த பகுதிகளில் கவனம் செலுத்துகின்றன.

ஒன்று, "குறிப்பிட்ட ஆளுமை பண்புகளில் தனிப்பட்ட வேறுபாடுகளைப் புரிந்துகொள்-வது", மற்றொன்று, "ஒரு நபரின் பல்வேறு உடல் பகுதிகள் எவ்வாறு ஒன்றாக இணைந்து செயல்வடிவம் பெறுகின்றன" என்பதை ஆராய்ந்து அறிவது.

இங்கு ஆளுமையோடு தொடர்புடைய ஒரு சிறு நகைச்சுவை துணுக்கை பகிர்ந்துகொள்-வோம்.

சுறுசுறுப்பாக இயங்கிக் கொண்டிருக்கும் ஒரு நகரத்து பிரதான சாலையில் உள்ள ஒரு வட்டிக் கடைக்குள் பட்டப் பகலில் நுழைந்த திருடன் ஒருவன் கடைக்காரரை நோக்கித் தன் துப்பாக்கியை நீட்டி, 'கையைத் தூக்கு, இல்லையேல் சுட்டு விடுவேன்', என்றான்.

உடனே அந்த வட்டிக் கடைக்காரர், 'துப்பாக்கி நன்றாக இருக்கிறது, அதற்கு அதிகபட்-சம் முந்நூறு ரூபாய்தான் தர முடியும்' என்றார். சிலர் அவரவர் நிலையிலிருந்து எப்போதும் மாறுவதும் இல்லை சுற்றி நடப்பதை அறிந்து கொள்வதுமில்லை. இதுதான் அவர்களின் தனிப்பட்ட வேறுபாடாகும்....!

கோழியும் காக்கையும் எண்ணிக்கையில் அதிகம் உள்ளபோதும், இந்தியநாட்டின் தேசிய பறவையாக 'மயில்' உள்ளது. ஏனெனில் மயிலுக்கென்று சில சிறப்பம்சங்கள் உள்ளன. இதைப்போலத்தான் 'தமிழ்மொழியும்'.... தொன்மையும்.. வளமையும் மிகுந்ததால் செம்-மொழி நிலைபெறுகிறது.

மனிதனின் ஆளுமை மேம்பட்டதாக இருக்குமானால், அவர்கள் வாழ்வின் இனிய செயல்களைச் செய்வர். தன்னைச் சுற்றி இனிமையை வளர்ப்பர். சிலநேரங்களில் சிறியோர் செய்யும் எதிர்மறையான செயல்கள்கூட சிறந்த ஆளுமையின் முன் நீர்த்துப்போய்விடு-கின்றன. இதற்கு சிறந்த உதாரணம் திருமுருக கிருபானந்த வாரியார் சுவாமிகள். எனவே-தான், இனியவை நாற்பது மனிதனின் ஆளுமை தொடர்புடைய செயல்களுக்கு அதிக முக்-

கியத்துவம் கொடுக்கிறது. சுருக்கமாக, சிறந்த ஆளுமை உடையோரிடமிருந்து 'இனிமை' பிறக்கிறது....!

ஆளுமைகுறைபாடும்இனிமையும்

அதேவேளையில் ஆளுமையில் குறைபாடுகள் (முதிர்ச்சி / முழுமை அற்ற தன்மை) ஏற்படுவதால் தனிநபர் செயல்கள் எண்ணங்கள் குறைபடுகின்றன என்று மனோவியல் ஆராய்ச்சி முடிவுகள் தெரிவிக்கின்றன. இதை மருத்துவ நிபுணர்கள் ''ஸ்கிசோஃப்ரினியா'' என்கின்றனர். அதாவது ஒரு நபரின் சிந்தனை, உணர்வு மற்றும் தெளிவாக நடந்து கொள்-ளும் திறனை பாதிக்கும் உடல் மற்றும் மனம் சம்மந்தமான கோளாறு.

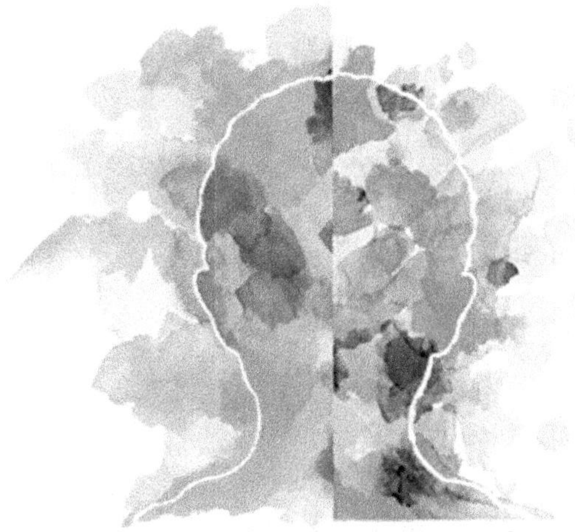

இதை ஏன் இங்கு சொல்லவேண்டும்? என்ற கேள்வி உங்களுக்குள் எழலாம். பொதுவாக தமிழ் இலக்கியங்கள் சிறந்த கருத்துக்களை வார்த்தைகளுக்குள் பொதித்து வைத்துள்ளன. அவைகள் புலவரின் சிந்தனைத் திறன், வாழ்வியலைப் பற்றிய தொலைநோக்குப் பார்வை, வாழ்ந்த காலத்தின் தேவைகளுக்கேற்ப ஆழ்ந்த பொருள்நயம் மிக்கனவாக இருக்கின்றன. அதேவேளையில் அவற்றிற்கு சொல்லப்பட்ட இடம், காலம், இலக்கு, சொல்லப்பட்ட மனி-தர்களைப் பொருத்து பொருள் (அர்த்தம்) கொள்ள வேண்டும். எனவே, ''இனியவை'' என்-பதை அறச் செயல்கள் மட்டுமே எனப் பார்க்காது, கருத்துக்கள் சார்ந்த மனோதத்துவ பார்வையில் பார்க்க வேண்டும். அப்படி பார்க்கும் போது அடிப்படையில் நாம் உணர்ந்து கொள்வது ''ஆளுமை குறைபாடே இனிமை கெடுவதற்கு காரணம்'' என்பதை ஏற்றுக்-கொள்ள வலுவான காரணங்கள் உள்ளன. இதையேதான் பாவேந்தர் தம் பாடலில்,

''கல்வியுடைய பெண்கள்

திருத்திய கழனி அங்கே

நற்புதல்வர்கள் விளைவர்'' என்கிறார்.

நாம் முன்பு கண்டதுபோல் ஸ்கிசோஃப்ரினியா என்பது மனித ஆளுமையின் குறைபாடு. அதன் விளைவாக உளவியல் ரீதியாக இனிமை கெடுகிறது. இது இனியவை நாற்பதில் பல இடங்களில் எடுத்தாளப்பட்டுள்ளது. மனிதனின் ஆளுமைக் குறைபாடானது மனிதனின் மரபியல், வாழும் சூழல் மற்றும் மூளையின் வேதியியல் மற்றும் கட்டமைப்பில் ஏற்படும் மாற்றங்களின் விளைவாக ஏற்படுகிறது.

ஸ்கிசோஃப்ரினியாவின் முக்கியத்துவம் கருதி எண்ணங்கள் அல்லது அனுபவங்களால் வகைப்படுத்தப்படுகிறது. அவ்வாறு வகைப்படுத்தலுக்கு மனித வாழ்வியல் யதார்த்தம், அவர்-களின் ஒழுங்கற்ற பேச்சு, மனிதனின் நடத்தை மற்றும் தினசரி நடவடிக்கைகளில் குறைந்-துவரும் பங்கேற்பு ஆகியவற்றை ஆய்வது உதவிகரமானதாக அமையும். பொதுவாக தனி-நபருக்கு ஏற்படும் களங்கம், சந்திக்கும் சமூக பாகுபாடு மற்றும் மனித உரிமை மீறல்கள் ஸ்கிசோஃப்ரினியா ஏற்படுவதற்கான தலையாய காரணங்களாக அமைகின்றன. இவற்றால் மனிதனின் "இனிமை கெடுகிறது" என்கிறது இனியவை நாற்பது. எனவே, "இனிமை தவழும் சூழல் சிறந்த ஆளுமைகளை உருவாக்குகின்றன" என்பது மேற்சொன்ன விளக்கத்-தின் மற்றொரு பக்கம். நடைமுறையில் இதையே 'நல்ல சுற்றமும் நட்பும்' சிறந்த மனிதர்-களை உருவாக்குகின்றன என்கிறோம்.

ஸ்கிசோஃப்ரினியா பற்றிய உலகளாவிய ஆராய்ச்சிகள் தெரிவிப்பது என்னவெனில், இது மற்ற மனநல குறைபாடுகள் போல பொதுவானதல்ல. இருப்பினும் உலகளவில் 20 மில்லி-யன் மக்களை பாதிக்கிறது,....! ஸ்கிசோஃப்ரினியா பொதுவாக ஆண்களிடையே தொடங்-குகிறது. மனநல குறைபாடு கல்வி மற்றும் தொழில் செயல்திறனை பாதிப்பதோடு இயலா-மையுடன் தொடர்புடையது. இக்குறைபாட்டிற்கான சிகிச்சையானது பொதுவாக வாழ்நாள் முழுவதும் இருக்கும், மேலும் அச்சிகிச்சை மருந்துகள், உளவியல் சிகிச்சை மற்றும் ஒருங்-கிணைந்த சிறப்பு பராமரிப்பு சேவைகளின் கலவையாகும். இந்த உளவியல் சிகிச்சையானது பல்வேறு முறைகளை உள்ளடக்கியது என்று இன்றைய மனோதத்துவ நிபுணர்கள் கூறு-கின்றனர். அதாவது, ஆதரவு குழு, மறுவாழ்வு, அறிவாற்றல் சிகிச்சை, உளவியல் கல்வி, குடும்ப சிகிச்சை, நடத்தை சிகிச்சை மற்றும் குழு உளவியல் சிகிச்சை.

சிறந்த ஆளுமையாக உருவாவது எப்படி?

இனியவை நாற்பது கூறும் அறக்கருத்துக்கள் உளவியல் குறைபாடுகளை போக்குவதோடு நம்மை சிறந்த ஆளுமை உடையவர்களாக மாற்றிக்கொள்ளவும் வழிகளை மறைமுகமாக அறியத்தருகின்றது. அவற்றை பின்பற்றுவதால் மனநல குறைபாடு நீங்கி, வலிமை உருவாகி இனிமை பிறக்கும். சிறந்த ஆளுமையுடைய இளைஞர்களைப்பற்றி கூறுகையில் சுவாமி விவேகானந்தர்,

"ஒரு இளைஞன் தேசப்பற்று, வீரம், ஒழுக்கம், மனிதநேய பண்புகள், தளர்ந்து போகாத நெஞ்சம், உத்வேகம், பெரியவர்கள் மீது அன்பு மற்றும் மரியாதை போன்றவற்றைக் கொண்-டிருந்தால் அந்த நாடும் முன்னேறும்' என்று விவேகானந்தர் கூறினார். நாட்டுப்பற்று மிக்க நூறு இளைஞர்களை தாருங்கள்... இந்தியாவையே உயர்த்திக் காட்டுகிறேன்" என்றார். இதிலிருந்து விவேகானந்தர் எந்த அளவிற்கு சிறந்த ஆளுமையுடைய இளைஞர்கள் மீது நம்பிக்கையும், தேசத்தின் வளர்ச்சியில் அவர்களின் பங்களிப்பின் தேவைபற்றி அறிந்துள்ளார் என்பது தெளிவாகிறது. இதன் மறுவடிவமாக பெண் கல்விக்கும் விடுதலைக்கும் தொண்-

டாற்றிய மகாத்மா ஜோதிராவ் பூலே, ராம் மோகன் ராய், தந்தை பெரியார் முதலானோர் சிந்தனையாளும் செயல்களாலும் செதுக்கப்பட்ட ஆளுமைகளாயினர்.

இன்றைய நிலையில் இளைஞர்களளில் சிலர் மது, புகையிலை, போதை பழக்கத்துக்கு ஆளாகின்றனர். தொலைதொடர்பு, பொழுதுபோக்கு சாதனங்களில் நேரத்தை செலவிடுகின்றனர். இதிலிருந்து விடுபட, இளைஞர்கள், சிறுவயதிலேயே இலட்சியத்தை கைக்கொள்ள வேண்டும். சிறந்த இலட்சியத்தின் விதைகள் பள்ளிப்பருவ குழந்தைகளின் மனதில் விதைக்கப்பட வேண்டும். குறிக்கோளை அடைய கடுமையான உழைப்பும் நேர்மையும் வேண்டும் என்பதை சமுதாய அமைப்புகள் வளர்க்க வேண்டும். தற்போது இந்தியாவில் இளைஞர்கள் அதிகம் உள்ளனர். எனவே, அவர்களை சிறந்த ஆளுமையாக நாட்டின் எதிர்காலத்தைப் பற்றிய சிந்தனை உள்ளவர்களாக மாற்ற வேண்டும். அப்படிப்பட்ட இளைஞர்கள் அரசியலில் நுழைந்தால் நாட்டின் வளர்ச்சி வேகமாக இருக்கும் என்பது முன்னாள் குடியரசுத் தலைவர், அப்துல் கலாம் அவர்களின் எதிர்காலக் கனவு. அதற்கேற்ப, மூத்த அரசியல் தலைவர்கள், செயல்திறனும் நாட்டுப்பற்றுமிக்க இளைஞர்களுக்கு வழிவிட வேண்டும். திட்டங்களை தீட்டி கொடுத்து அவர்கள் வழியில் பணியாற்ற அனுமதிக்க வேண்டும். நாட்டின் வளர்ச்சி என்பது அனைவரையும் உள்ளடக்கியது என்பதை சிறந்த அரசியல் தலைவர்கள் அறிவர்.

இந்த அறிவியல் அறிவைவும் பொதுவியல் தெளிவையும் பூதஞ்சேந்தனார் இனியவை நாற்பது பாடல்கள் மூலமாக மறைமுகமாகவும் நேரடியாகவும் காட்டுகிறார். ஆளுமை பற்றிய இத்தகைய தெளிவும், சமுதாய சிந்தனையும் 'இனியவை நாற்பதின்' அடித்தளமாக அமைந்துள்ளது எனலாம். அவற்றை அறிந்து கொண்டு பின்பற்றுவதாலும், பிறரை நூல்காட்டும் அறங்களை பின்பன்ற உதவுவதாலும் ''இனிமை'' பிறக்கிறது.

4

சிறந்த ஆளுமை இனியது

ஆளுமை (personality) என்பது ஒருநபரின் சிந்தனை, உணர்வு, நடத்தை, தகவல்தொ-டர்பு திறன் மற்றும் உடல் அம்சங்களின் கலவையாகும் என்பதை முன்பே அறிந்தோம். ஆளுமை ஒரு மனிதனை பிறரிடமிருந்து வேறுபடுத்தி காட்டுகிறது. சிறந்த ஆளுமை சமூ-கத்திலிருந்தும் சுற்றியுள்ள மக்களிடமிருந்தும் ஒரு தனி அங்கீகாரத்தைப் பெறவும் அச்-சமூகத்திற்கு பங்களிக்கவும் உதவுகிறது. அவ்வாறு செய்தல் இனிது. இன்றைய சூழலில் சிறந்த ஆளுமை ஒரு நபரின் தொழில்முறையில் மட்டுமல்ல, தனிப்பட்ட வாழ்க்கையிலும் ஒரு முக்கிய பங்கு வகிக்கிறது. இவர்கள்தான் ஒரு நாட்டையும் வழிநடத்திச் செல்கின்றனர் அல்லது அவர்கள் கையில் ஆட்சி இருப்பதுதான் நாட்டின் வளர்ச்சிக்கு நல்லது. எனவே, சிறந்த ஆளுமையுடையோர் வீட்டிற்கும், நாட்டிற்கும் அவர்கள் சார்ந்துள்ள நிறுவனத்திற்கும் இன்றியமையாதவராக (தூண்களாக) ஆகின்றனர். இது 'ஆண், பெண்' என்ற வேறுபாடின்றி இருபாலருக்கும் பொருந்தும்.

அதேவேளையில் தலைமைப் பண்புடையோர் தங்கள் திறமையால் பிறரை ஏமாற்றவோ, தீஞ்செயல்கள் செய்யவோ, நாட்டை தவறாக வழிநடத்தவோ கூடாது. அவர்கள் அந்-நிலையை எட்டும்போது தன்னலம் அற்றவர்களாகவும் அன்புடையவர்களாகவும் இருத்தல் வேண்டும். இந்திய சுதந்திரப் போராட்ட காலத்தில் தங்கள் ஆளுமையால்தான் தலைவர்கள் மக்களை வழிநடத்தினர். அவர்களிடம் அதிகாரமோ ஆணவமோ இல்லை. அதே வேளை-யில் எண்ணற்ற தியாகிகள் காலணி ஆதிக்கத்தை எதிர்த்து அறவழியில் போராடினர். அவர்கள் தைரியமும் பேராண்மையும் கொண்டவர்கள். இவர்களின் குணாதியங்களையும் செயல்களையும்தான் இனியவைகளாக இந்நூல் காட்டுகிறது. நூல் இயற்றிய காலத்தில் அரசன், இன்றோ மக்களாட்சி, இடைப்பட்ட காலத்தில் போராட்டம். அதுதான் அடிப்படை மாற்றம். மற்றவைகள் எக்காலத்திற்கும் பொருந்துவன. இனி அந்த இனிமைகளை நூல்வழி அறிவோம்.

சோம்பல்இன்மை

சோம்பல் ஒருவனுக்கு உள்ளச்சோர்வையும் உடற்சோர்வையும் உண்டாக்கும் தன்மை உடையது. அது உடையவரை முன்னேற விடாமல் தடுக்கும். இது ஒரு மனிதனை பிறரிடம் இருந்து தரம் பிரித்துக் காட்டும் ஆளுமையின் முக்கியமான குணமாகும். எனவேதான் திரு-

வள்ளுவர் கெட்டுப் போகின்றோர் அணியும் அணிகலனில் ஒன்றுதான் சோம்பல் (மடி) என சாடுகிறார். இதனை,

நெடுநீர் மறவி மடிதுயில் நான்கும்
கெடுநீரார் காமக் கலன் (குறள் 605)

என்ற குறளின் வழி அறியலாம். பால்ஸ் அகராதி சோம்பல் என்பதற்கு 'முயற்சியின்மை, சுறுசுறுப்பின்மை, வீண்பொழுது போக்குவது, உற்சாகமின்மை' என பல்வேறு பொருள் கூறு- கிறது. இவையனைத்தும் இனிமையை அழிப்பவை. சோம்பல் இன்றி இருப்பதின் அவசி- யத்தை இனியவை நாற்பது கூறுகின்றது.

தானேமடிந்திராத்தாளாண்மைமுன்இனிதே (இனி.நாற்.பா.34:2)

என்ற பாடலடிகள் மூலம் சோம்பல் இல்லாமல் முயற்சிப்பது இனியது என்ற செய்தியை அறியமுடிகிறது. தாளாண்மையில் இருந்து பிறந்து தாளாளர். அதாவது முயற்சிகள் செய்- பவர், செயல் வடிவம் தரும் செயலர். மேலும் சோம்பல் தனக்குத்தானே ஏற்படுத்திக் கொள்- ளவது. வெளியில் இருந்து வருவதல்ல. அதாவது ஒருமனிதனின் தனிப்பட்ட குணாதியமா- கவே கூறப்பட்டுள்ளது. எனவேதான் ''தானே மடிந்திரா'' எனப்பட்டது.

இந்தச் சோம்பல் குணமுடையோர் தாழும் சாதிப்பதில்லை...அவர்களால் பிறருக்கு எள்- எளவும் பயனில்லை. இதை ஒரு உதாரணம் மூலம் கூறுகின்றேன்,

அந்த அழகிய புல்லைநல்லூர் கிராமத்தில் பெரியவர் ஒருவர் முல்லை ஆற்றங்கரை ஓரமாக நடந்து வந்து கொண்டிருந்தார். அங்கே ஒருவன் தூங்கி வழிந்தபடி ஆற்றில் தூண்- டில் போட்டுக் கொண்டு இருந்தான்.

தூண்டில் தக்கை நீருக்குள் அமிழ்வதைக் கண்ட அவர், "உன் தூண்டிலில் மீன் சிக்கி உள்ளது. வெளியே இழு" என்றார்.

உடனே அந்த சோம்பல் பிடித்தவன், "ஐயா..! நீங்களே அந்த மீனை வெளியே இழுத்து எனக்கு உதவி செய்யுங்கள், எனக்கு போதிய அனுபவம் இல்லை" என்றான் அவன்.

பெரியவர் தூண்டிலை இழுத்தார். அதில் பெரிய மீன் சிக்கி இருந்தது. "நல்ல பெரிய மீன்" என்றார் அவர்.

"ஐயா..! தயவு செய்து தூண்டிலில் இருக்கும் அந்த மீனை எடுத்துப் பக்கத்தில் இருக்கும் கூடையில் போட்டு விடுங்கள்" என்றான் அவன். அவரும் அப்படியே செய்தார்.

ஆனால் அந்த சோம்போறி அவரை விடுவதாயில்லை. "ஐயா..! உங்களுக்குப் புண்ணி- யமாகப் போகட்டும். இங்கே இருக்கும் புழுவைத் தூண்டில் முள்ளில் கோர்த்துத் தண்ணீரில் போட்டு விட்டுச் செல்லுங்கள்" என்றான்.

"மீண்டும் மீன் பிடிக்க நினைக்கிறாய். நல்லது. அப்படியே செய்கிறேன்" என்ற அவர் தூண்டில் முள்ளில் புழுவைக் கோர்த்து நீரில் போட்டு விட்டுக் கழியை அவன் கையில் கொடுத்தார்.

"நீங்கள் நல்லவர்" என்றான் அவன்.

புன்னதைத்து விட்டு அந்தப் பெரியவர் கூறினார், "நான் பார்த்ததிலேயே பெரிய சோம்- பேறி நீதான். யாரையாவது திருமணம் செய்து கொண்டு ஒரு குழந்தையைப் பெற்றெடு. ''அக்குழந்தையை வளர்க்கும் போதுதான் உனக்கு உன் சோம்பேறித்தனம் புரியும்'' என்றார் அவர்.

நீங்கள் சொல்வது நல்ல யோசனைதான். நான் திருமணம் செய்து கொண்டு விரைந்து குழந்தை பெற்றெடுக்க கர்ப்பிணியான ஒரு பெண் வேண்டும். எங்காவது கிடைப்பாளா..? சொல்லுங்கள், என்று கேட்டான் அவன்.

சோம்பேறிகள் வாழ்வின் பல இனிமைகளை இழக்கிறார்கள்....

மனதைரியம்

ஒரு மனிதன் சோம்பல் இன்றி இருந்தால் மட்டும் போதாது. அவனுக்கு எண்ணிய செய-லைச் செய்ய ''மன தைரியம்'' வேண்டும். தவறுகள் என்று மனதிற்குத் தோன்றும்போது தைரியமாக அத்தவறுகளை எதிர்க்கும், கேள்விகேட்கும் துணிவு வேண்டும். இத்தகைய குணமுடையோர் ஒரு மிகப்பெரிய ஆளுமையாக தலைவனாக வளர்வார்கள்.

மன்றக்கொடும்பாடுரையாதமாண்பினிதே(இனி.நாற்.பா.30:2)

நியாய சபையில் நியாயத்திற்குப் புறம்பாக ஒரஞ் சொல்லாத மாட்சிமை இனியது. சபை-என்று அஞ்சலாகாது. இல்லையேல், அது அம்மன்றத்தினால் விளையும் பயனையும் அதன் பெருமையையும் அழித்துவிடும். இது இன்று நீதிமன்றத்தில் உண்மையை தைரியமாக கூறு-தலுக்கு ஒப்பானது. பொய் சொல்வதால் அது நீதிமன்றத்தை தவறாக வழிநடத்தி, மக்களுக்கு அதன்மீதான நம்பிக்கையை அழித்துவிடும். இதேவழியில்,

ஆக்கமழியினும்அல்லவைகூறாத
தேர்ச்சியின்தேர்வினியதில்(இனி.நாற்.பா.28:3-4)

செல்வம் அழிந்தாலும் பாவச் சொற்களைச் சொல்லாத தெளிவினைவிட சிறந்தது வேறெதுவுமில்லை.

வினையுடையான் வந்தடைந்து வெய்துறும் போழ்து
மனனஞ்சான் ஆகல் இனிது (இனி.நாற்.பா.14:3-4)

தீய செயல்களைச் செய்தவன் அதன் பயனாகத் துன்பம் வந்து அவன் மனம் நொந்து வருந்தும் போதும் மனம் அஞ்சாது இருப்பது இனியது.

உற்றபேராசைகருதிஅறனொளூஉம்
ஒற்கம்இலாமைஇனிது. (இனி.நாற்.பா.39:3-4)

மிகுந்த பேராசையை கருத்தினுள் கொண்டு, அறவழியினின்று நீங்குதற்கேதுவாகிய மனத்தளர்ச்சி இல்லாதிருத்தல் இனியது. இப்பாடல் நமக்கு வரலாற்றில் ஒரு உண்மையை விளக்குகிறது. அக்காலத்தில் மன்னர்கள் விரைவாக நீதி வழங்கினர். ஊர்சபை கிராம நிர்-வாகத்தைக் கவனித்தது என்றால், யாரோ சிலராவது தைரியமாக சபையில் உண்மையை உறைத்தனர். எனவே, அந்நாளில் நியாய சபைக்கு நீதிவழங்க பலநாட்கள் தேவையில்லை. ஆனால் இன்று... ? மக்கள் உணரவேண்டும்.. ''மாற்றம் நம்மிடம் இருந்து தொடங்கட்டும்''.

உயர்வுள்ளிஊக்கம்பிறத்தல்இனிதே(இனி.நாற்.பா.29:2)

தான் வாழ்வில் மேன்மேலும் உயர்வு எய்ய வேண்டும் என்று மன எழுச்சியுடன் பணி-யாற்றுவது இனியது.

- தானங் கொடுப்பான் தகையாண்மை முன்இனிதே ((இனி.நாற்.பா.27:1) - அபயம் என்பவர்க்கு இடங்கொடுப்பவனின் பெருமை பொருந்திய வீரம் மிக இனியது.
- ஒல்லுந் துணையும்ஒன்று உய்ப்பான் பொறை இனிதே

● இல்லது காமுற் றிரங்கி இடர்ப்படார்
   செய்வது செய்தல் இனிது. (இனி.நாற்.பா.24:2-4)

கூடிய அளவும் எடுத்துக்கொண்டதொரு கருமத்தை நடத்துபவனின் ஆற்றல் இனியது. தம்மிடத்து இல்லாதொரு பொருளை விரும்பி அது பெறாததனால் மனம் ஏங்கி துன்பப்படாத வராய், உள்ளது கொண்டு செய்யத் தக்கதொரு செயலைச் செய்வது இனியது.

● சொல்லுங்கால் சோர்வின்றிச் சொல்லுதல் மாண்பினிதே (இனி.நாற்.பா.34:2)

பலவற்றைச் சொல்லும் பொழுதும், ஒன்றையும் மறதியின்றியும், அலட்சியம் இல்லாமலும் சொல்லும் மாட்சிமை இனியது. இவ்வாறாக மனதைரியத்தை ஒரு மாபெரும் மாட்சிமை குணமாக வலியுறுத்தி, அது வாழ்வில் இனிமையைத் தருவது என்கிறார் பூதஞ்சேந்தனார். எனவே, நாம் நெறிபிறளாமல் இருக்கும் போது, நல்லன செய்யும் போது அஞ்சத் தேவை-யில்லை. அஞ்சாமல் தைரியமாக செயல்களைச் செய்தல் இனிமையே.

நாவடக்கம்இனிது

ஒருவரை நேரடியாகவோ அல்லது மறைமுகமாகவோ தவறாக பேசுவது என்பது அறச்-செயல் அன்று. மற்றவரிடம் உரையாடும்போதும், கூட்டத்தில் பொது இடத்தில் பேசும்போதும் நாவடக்கம் மிகவும் முக்கியமானது. இல்லையேல் அது தீராத துன்பத்திற்கு நம்மை ஆளாக்-கிவிடும். இக்கருத்து இனியவை நாற்பதில் ஓங்கி ஒலிக்கிறது.

எளியர் இவர்என்று இகழ்துரையாராகி

ஒளிபட வாழ்தல் இனிது (இனி.நாற். பா.30:3-4)

என்ற பாடலடிகள் ஒருவரை எளியவர் எனும் காரணத்திற்காக இகழாமல் இருந்தால் நாம் அனைவரும் விரும்பும் ஆளுமையாகி, புகழுடன் இனிமையாக வாழலாம் செய்தியை அறிய முடிகிறது. பிறருக்குப் பயளிக்காத எந்தச் சொற்களையும் எந்த நிலையிலும் கூறக்-கூடாது என்பது இதன் பொருளாகும். வள்ளுவர் இதனை,

பயன்இன்சொல் பாராட்டு வாரை மகன்எனல்

மக்கட் பதடி எனல் (குறள்.196) என்கிறார். .

பூதஞ்சேந்தனார் இன்னும் ஒருநிலை மேலே சென்று செல்வம் அழிதலுற்றாலும் தீய-சொற்களான பயனில சொற்களை சொல்லாமல் நாவடக்கத்துடன் வாழ்வது நல்லது என்-பதை,

"ஆக்கம் அழியீனும் அல்லவை கூறாத

தேர்ச்சியின் தேர்வினியது இல் (இனி.நாற்.பா.28:3-4)

என்ற பாடலடிகள் மூலம்" கூறியுள்ளார். அப்படி இருத்தலை தேர்ச்சி (முதிர்ச்சி அதா-வது mature behaviour) என்கிறார். இது எக்காலத்திற்கும் பொருந்துவது என்பதை அறிக.

ஒழுக்கமுடைமை

ஒழுக்கம் என்பது சமூக நலனுக்கு தேவைப்படும் அனைவராலும் பின்பற்றப்பட வேண்டிய குணங்களில் மிகவும் மேலானது. ஆனால் அதன் தீவிரம், ஆழம், பயன் மேலும் சமூக

காரணிகள் அனைத்தும் சேர்ந்தே 'ஒழுக்கம்' என்பதை கட்டமைக்கின்றன. மனித சமுதாயத்தை தாங்கி நல்வழிப்படுத்து ஒழுக்கம்தான். எனவேதான் உலக இலக்கியங்களாலும் நீதி நூல்களாலும் மிகவும் போற்றப்பட்ட மனிதனின் குணம் ஒழுக்கமுடைமை. இதையே, இனியவை நாற்பது,

"நட்டார்ப் புறங்கூறான் வாழ்தல் நனிஇனிதே

பட்டாங்கு பேணிப் பணிந்தொழுகல் முன்இனிதே" (பா 19-1-2) என்கிறது.

தன்னிடம் நட்புக்கொண்டவர்களைப் பற்றிப் புறங்கூறாதவனாய் வாழ்வது மிக இனியது. அதேவேளையில், சத்தியத்தைப் பேணிப் பாதுகாத்து யாவர்க்கும் பணிவுடன் நடப்பது அதைவிட இனியது. மேலும் பெரியோரைப் போற்றலும், தாய்தந்தையரை மதித்தலும், கற்றோர் சபையில் பொய்கூறாதலும், விலைமாதிரை நாடாதலும் ஒழுக்க நெறிகளாக வாழ்வில் இனிமையை தரவல்லனவாக வலியுறுத்தப்பட்டுள்ளன. வள்ளுவர் ஒழுக்கத்திற்கு தனி அதிகாரம் அமைத்தார். நாலடியாரில் அதிகம் சொல்லப்படும் கருப்பொருள் தனிமனித ஒழுக்கம். ஒளவையாரின் எந்நாளுக்குமான அறவுரை ஒழுக்கமுடைமையே.

உதவிசெய்தல்

பிறருக்கு உதவி செய்தல் என்பது மனிதனுக்கு இருக்க வேண்டிய பண்புகளில் தலையாதது ஆகும். இனியவை நாற்பது தன்னுடன் நட்புடையவர்க்கு இனிய உதவிகளைச் செய்வது இனிமையானது எனவும் தன்னை அடைந்தவரது விருப்பத்தை அழித்துவிடாமல் அவருக்கு உதவி செய்வது இனியது என்றும் கூறுகிறது. கம்ப இராமாயணத்தில் காட்டப்படும் இராமன் நாடு துறந்து காடு சென்றபோதும், பலருக்கும் உதவிகள் செய்கின்றார். அவர் சென்றவிடமெல்லாம் அயோத்தியின் இளவரசனாக இல்லாமல் தன்னால் இயன்ற உதவிகளைச் செய்கின்றார். தனது நற்குணங்களில் இருந்து வழுவாது நிற்கின்றார். எனவேதான், அவரைச் சுற்றி இனிமை தவழ்ந்தது. இதனை,

நட்டார்க்குநல்லசெயலினி (இனி.நாற்.பா.17:1)

நச்சித்தற்சென்றார்நசைசொல்லாமாண்பினிதே (இனி.நாற்.பா.27:1)

என்ற பாடலடி மூலம் அறியலாம். இப்பாடலின் இன்றைய வடிவம், அன்னை தெரசா அவர்கள். தான் பிறந்த நாட்டை, சுற்றத்தைத் துறந்து ஆதரவற்றோருக்கம் ஏழைகளுக்கம் சேவைகள் செய்தவர். அதேவேளையில், ஒரு செயலைச் செய்ய இயலாதவனை அதனைச் செய்யென்று சொல்லி வருத்தாமை மிக இனியது. அத உடல் ரீதியாகவோ, மனரீதியாகவோ இருக்கலாம். இது குழந்தைத் தொழிலாளர்களையும் குறிக்கும் எனலாம். இதைத்தான்,

ஆற்றானையாற்றென்றலையாமைமுன்இனிதே (இனி.நாற்.பா.28:1) என்கிறார்.

பிறர்மனைநோக்காமை

பிறரின் மனைவியை விரும்பாமல் இருப்பதே ஒழுக்கங்களுள் மிகவும் சிறந்தது. இது இராமாயணத்தில் இராமபிரானின் மாபெரும் குணாதியங்களில் தலையானதாக புலவர்களால் காட்டப்படுவதாகும். அறத்தையே இலட்சியமாக கொண்டவர்கள் பிறரின் மனைவியை விரும்பும் இழிவான செயல்களில் ஈடுபடமாட்டார்கள். அது கீழான விலங்குகளின் செயலாகும். பிறர் மனைவியை விரும்பி நோக்காத ஆடவரின் சிறப்பு பற்றி திருவள்ளுவர்,

பிறன்மனை நோக்காத பேராண்மை சான்றோர்க்கு

அறன்ஒன்றோ ஆன்ற ஒழுக்கு (குறள்.148)

என்று குறிப்பிட்டுள்ளார்.

இக்கருத்தே இனியவை நாற்பதிலும் இடம்பெறுகிறது. இதனை,

பிறன் மனை பின்னோக்காப் பீடனி(து) (இனி.நாற்.பா.16:1)

என்ற பாடல்வரியால் பிறன்மனை நோக்காத மாண்பு எவ்வளவு பெரியது என அறிய-லாம்.

விலைமகளிரைநாடாமை

உள்ளத்து அன்பின்றி பொருள் ஒன்றேயே பெரியதாக கருதும் பெண்கள் தங்கள் மதிப்பை இழக்கின்றனர். பெண்ணிற்குரிய அடக்கம், அமைதி, கற்பு நெறியினின்று தவறி-யோர் விலைமகளிர் என்கின்றன தமிழ் நூல்கள். இளம்பூரணர் விலைமகளிர் பற்றி கூறும்-போது, 'ஆடலும் பாடலும் வல்லாராகி அழகுமிளமையுங் காட்டி இன்பமும் பொருளும் வெஃகி ஒருவர் மாட்டு தங்காதார்' (தொல்.பொருள்.பக்.53) என்கிறார்.

காண்பதற்கு தகுந்தவளாகவும், மெல்லிய தோள்களையும் உடைய விலைமகளிரின் வாயில் பிறக்கும் இன்சொல்லானது நரகத்தை அடைய வழிவகுக்கும் என்பதை,

காண்தகு மென்தோள் கணிகைவாய் இன்சொல்லும் ஆழ்ச்சிப் படுக்கும் அளறு (திரி.பா.24:1-4) என்ற பாடலடியின் மூலம் விலைமகளிரை அறியமுடிகிறது. இக்கருத்து இனியவை நாற்பதிலும் ஒரு பாடலில் இடம்பெறுகிறது.

தடமென் பணைத்தோள் தளரிய லாரை

விடமென் றுணர்தல் இனிது (இனி.நாற்.பா.38:3-4)

மெதுவாகவோ உடனடியாகவோ நஞ்சு நம் உயிரை மாய்க்கும். எனவே அதை ஒதுக்கு-தல் வேண்டும். அதேபோல் விலைமகளிரும் நம்மை அழித்துவிடுவர். ஏனெனில் அவர்கள் பொருள் ஒன்றையே பெரிதும் மதிப்பர். பெண்ணுக்குரிய குணங்கள் இல்லாதவர். எனவே-தான் இனியவை நாற்பது விலைமகளிரை நஞ்சு என உணர்தல் இனிது என்கிறது.

நன்றிஉணர்வு

ஒருவர் செய்த உதவியை மறக்காமல் இருப்பது மிகச்சிறந்த ஆளுமைக்குறிய குணமா-கும். இக்கருத்தையே வள்ளுவர்,

நன்றி மறப்பது நன்றன்று நன்றல்லது

அன்றே மறப்பது நன்று (குறள்.108)

என்று குறிப்பிட்டுள்ளார். இது எக்காலத்துக்கும் பொருந்துவது. மனிதனுக்குள் பந்தத்தை வளத்து ஒருவரை ஒருவர் அன்போடு அரவணைத்துச் செல்ல உதவும் குணமாகவே தொன்-றுதொட்டு அறியப்பட்டு வந்துள்ளது. இக்கருத்தையே இனியவை நாற்பதும் கூறியுள்ளது.

நன்றிப்பயன் தூக்கி வாழ்தல் நனி இனிதே (இனி.நாற்.பா.31:1)

என்ற பாடலடி ஒருவர் செய்த உதவியை மறக்காமல் இருப்பதே நல்லது என்ற நன்றி உணர்வு செய்தியை வெளிப்படுத்தி, அதை இனியதாகக் காட்டியுள்ளது.

சினமின்மை

தன்னையும், தன்னைச் சார்ந்தவரையும் அழிக்கும் ஆற்றலுடையது சினம். எனவேதான் 'ஆறுவது சினம்' என்கிறார் ஔவையார். அதேபோல் சினம் கொள்ளாமையின் நன்மையைப் பற்றித் திருவள்ளுவர்,

தன்னைத்தான் காக்கின் சினங்காக்க காவாக்கால்

தன்னையே கொல்லும் சினம் (குறள்.305) என்கிறார்.

இனியவை நாற்பதில் சினமின்மை பற்றிய செய்திகள் மூன்று இடங்களில் கூறப்பட்டுள்-
ளது.

- வெல்லுவது வேண்டி வெகுளாதான் நோன்பினிதே (இனி.நாற்.பா.25:1)
- செவ்வினாய்ச் செற்றுச் சினங்கடிந்து வாழ்வினிதே (இனி.நாற்.பா.37:2)
- பிச்சைபுக்கு உண்பான் பிளிறாமை முன் இனிதே (இனி.நாற்.பா.40:1)

என்ற பாடல் வரிகள் ஒன்றை வெல்ல வேண்டும் என்றால் சினத்தை அடக்க வேண்டும்,
மனத்தில் உள்ள கோபத்தை அடக்குதல் இனியது, யாசித்து உண்பவன் கோபம் கொள்ளா-
மல் இருப்பது நல்லது என்று கூறப்படுகிறது. இதனால் சினமின்மை ஒரு சிறந்த ஆளுமை-
யின் பண்பாக இனியவை நாற்பது காட்டுவதை உணரலாம். எனவே, இனிமை வேண்டுவோர்
சினம் தவிர்த்து, அன்புடன் எதையும் அணுகவேண்டும் என்ற கருத்து அறியப்படுகிறது.

அதேவேளையில் சினம் நம்வாழ்வை எப்படி சிதைக்கும் என்பதற்கு ஒரு சிறிய உதார-
ணம் சினத்தில் இருந்து மீளாத ஒரு பாம்பின் கதை.

ஒருமுறை தச்சுப் பட்டறைக்குள் விஷப்பாம்பு ஒன்று புகுந்தது. அது ஊர்ந்து சென்ற-
போது தெரியாமல் ஒரு ரம்பம் வழியாகச் சென்று சிறிது காயம் அடைந்தது. கோபப்பட்ட
பாம்பு, என்னையா காயப்படுத்தினாய்..? என் பலம் என்ன தெரியுமா? என ரம்பத்தைப்
பார்த்து நினைத்தது. திடீரென்று திரும்பி, ரம்பத்தைக் கடித்தது.

ஆனால் ரம்பத்தை கடித்ததில், பாம்பு அதன் வாயில் பலத்த காயம் அடைந்தது…!
பிறகு என்ன நடக்கிறது என்று புரியாமல், சினம் தலைக்கு ஏறி தன்னை ரம்பம் தாக்குகிறது
என்று எண்ணி, தன் முழு பலத்தையும் அழுத்தி முழு உடலிலும் மூச்சுத் திணற, ரம்பத்தைச்
சுழற்றி இறுக்கியது. ஆனால் முடிவில் பாம்பு பலதுண்டுகளானது…! சினம் கொண்டதால்
நிதானத்தை இழந்து ரம்பத்தால் தானே தன்முடிவை தேடிக்கொண்டது… !

சில சமயங்களில் நம்மைத் துன்புறுத்தியவர்களைக் காயப்படுத்த எண்ணி சினம் நம்மை
தவறாக வழிநடத்திச் செல்ல அனுமதிக்கிறோம். இந்நிலையில் நாம் நமது பகுத்தறியும்
திறனை இழந்து பலவீனமாகிறோம். அது களங்கிய குட்டையில் தரையை உற்றுநோக்குவது
போன்றதாகம். சினம் தவிர்த்தல் பலவீனமன்று… மாறாக அது நமது பலம். இதைத்தான்,
'வெல்லுவது வேண்டி வெகுளாதான்' என்கிறது இனியவை நாற்பது. சினம் நம்மை மறைப்-
பதால், நம்மை நாமே காயப்படுத்துகிறோம் என்பதை நாம் காலதாமதமாகவே உணர்கிறோம்.
வாழ்க்கையில் சில நேரங்களில் சூழ்நிலைகளை புறக்கணிப்பது, தீயோர்களை புறக்கணிப்பது,
அவர்களின் நடத்தைகள், அவர்களின் வார்த்தைகளை புறக்கணிப்பது நல்லது.

சில நேரங்களில் ஆபத்தான அல்லது தீங்கு விளைவிக்கும் விளைவுகளை சந்திக்காமல்
இருக்க எதிர்வினையாற்றாமல் இருப்பது நல்லது. வெறுப்பு உங்கள் வாழ்க்கையை ஆக்கிர-
மிக்க விடாதீர்கள், ஏனென்றால் அன்பு எதையும் விட வலிமையானது. இதைத்தான் இனி-
யவை நாற்பது நல்லறமாக, வாழ்வில் இனிமை தரவல்லதாக வலியுறுத்துகிறது.

பொறாமையின்மை

பொறாமை என்பதற்கு அழுக்காறு என்பது பொருள். ஒவ்வொரு மக்களும் பொறாமை இல்லாமல் வாழ்வதே சிறந்தது. அது நம் இயற்கை குணத்தை மறைத்து நம்மை வழிதவறிச் செல்லவைக்கும். எனவே மனத்தினால் பொறாமை கொள்ளக்கூடாது என்று வள்ளுவர்

அழுக்கொறாக் கொள்க ஒருவன்தன் நெஞ்சத்
தழுக்காறி லாத இயல்பு (குறள்.161)

என்ற குறள் வழி குறிப்பிட்டுள்ளார். இக்கருத்தையே பூதஞ்சேந்தனாரும்,

அவ்விடத்து அழுக்கா(று) உரையாமை முன் இனிதே (இனி.நாற்.பா.37:1)

என்ற பாடல் வரிகள் மூலம் மனத்தினால் பொறாமைக் கொண்டு சொற்களைப் பேசாமல் இருப்பது நல்லது என்ற செய்தியை தருகிறார்.

அன்புடைமை

நாம் வாழும் காலம் சிறிது என்றாலும் அக்காலம் வரையிலும் பிறருக்கு அன்பு செய்து வாழ்வதே சிறந்த ஒழுக்கம் ஆகும். சென்னைப் பல்கலைக் கழக தமிழ்ப் பேரகராதி 'அன்பு' என்பதற்கு தொடர்புடையார் மாட்டு உண்டாகும் பற்று, நேசம், கருணை, பக்தி, எனப் பொருள் கூறுகிறது. இனியவை நாற்பது 'அன்பை' இனியதாக சுற்றத்தை இனிதாக்குவதாக கூறியுள்ளது. இதனை,

பங்கமில் செய்கையை ராகிப் பரிந்துயார்க்கும்
அன்புடைய ராதல் இனிது (இனி.நாற்.பா.10:3-4)

என்ற பாடல் வரியில் காணலாம். இதன் பொருள், குற்றமில்லாத ஒழுக்கமுடையவராய், யாவர்க்கும் அன்புடையவராயிருத்தல் இனிது என்பதாகும். மற்றொரு பாடலில்,

தெற்றென வின்றித் தெளிந்தாரைத் தீங்(கு)ஊக்காப்
பத்திமையிற் பாங்கினிய தில். (இனி.நாற்.பா.32:3-4)

ஆராய்தலின்றி தனக்கு கெடுதல் செய்தவர்களுக்கும், கெடுதி செய்யாது அன்பு செலுத்-தும் தன்மையை விட இனியது வேறொன்றும் இல்லை என இனியவை நாற்பது வலியுறுத்-திச் சொல்கிறது.

அன்பு நமக்கு, 'இலக்கை அடைய நினைத்ததை முடிக்க மாற்று வழிகளைத் தருகிறது' என்பதை மறக்கக்கூடாது. இப்படித்தான் அந்த வீட்டில் வசிகும் சுந்தரத்தின் மனைவி அவரைப்பார்த்து கேட்டாள், 'ஏங்க இன்னைக்கு குழம்பு வைக்கட்டுமா இல்ல ரசம் வைக்-கட்டுமா?

அதற்கு கணவன், 'முதல்ல எதாவது ஒன்னு வை... அப்பறமா அதுக்கு பேரு வச்சுக்க-லாம்' என்றார்.

கோபமான மனைவி, அப்படியென்றால் 'பெயர் சூட்டு விழாவை தள்ளிவையுங்கள்' என்று கூறிவிட்டு தூங்கச் சென்று விட்டாள்.

இதற்கு மாற்றாக, நீ முடிந்ததை வை.. சுவைத்தபின் பெயர் வைக்கலாம்..என்றிருந்-தாலோ அல்லது.. நீ எதைச் செய்தாலும் நன்றாய்த்தானிருக்கும்..பெயர் எதற்கு? என்றிருந்-தாலோ... மனைவி... பம்பரமாய் சுழன்று...பக்கத்து வீட்டில் கேட்டு அம்மாவுக்கு போன் செய்து...தடுபுடலாய் சமைத்திருப்பாள். இதைத்தான் இனிது என்கிறது இனியமை நாற்பது.

ஈகை

பிறருக்கு கொடுத்து உதவும் தன்மையே ஈகை எனப்படுகிறது. பிறர்க்கு ஏற்பட்ட துன்-பத்தைக் கண்டவுடன் மனம் இரங்கி ஈயும் தன்மை உடையவர்கள் உண்மையில் பெரிதும் போற்றதலுக்கு உரியவராவார்கள். இது அன்பின் வெளிப்பாடு. ஈகையை பற்றிய வள்ளுவர் கருத்தை,

வறியார்க்கு ஒன்று ஈவதே ஈகைமற் றெல்லாம்

குறியெதிர்ப்பை நீரது உடைத்து (குறள்.221)

என்ற குறளின் வழி அறியலாம். ஈகை பற்றிய கருத்துக்கள் இனியவை நாற்பதில் மூன்று, ஏழு, இருபத்தி மூன்று, பதினேழு, இருபது. இருபத்தேழு ஆகிய ஆறு பாடல்களில் கூறப்படுகிறது. இக்கருத்துகள் பெரும்பாலும் ஈகை செய்வது நல்லது என்ற கருத்தையே வலியுறுத்தி கூறியுள்ளது. அதே வேளையில்,

வருவா யறிந்து வழங்கல் இனிதே ((இனி.நாற்.பா.22:1)

தமக்குப் பொருள் வருகின்ற நெறியின் அளவை அறிந்து பிறர்க்கு வழங்குவது இனியது. ஆற்றின் அளவறிந்து ஈக எனவும், வருவாயுள் கால்வழங்கி வாழ்தல் எனவும் கூறியுள்ளதை உணரவேண்டும். மேலும், .

ஆற்றுந் துணையால் அறஞ்செய்கை முன்இனிதே ((இனி.நாற்.பா.6:1)

பொருளளவிற்கேற்ப முடிந்த வரையில் அறம் செய்வது மிக இனியது என்று மீண்டும் ஈகைக் குணத்தை போற்றுகிறது இந்நூல்.

உலகின் எல்லையற்ற சக்தி நமக்குள் ஒழிந்து கொண்டிருக்கிறது. நம் மனத்தை மறைத்-துக் கொண்டிருக்கும் மூட நம்பிக்கைகளை, பயத்தை, கிளர்ச்சியால் விளையும் உணர்வு-களை விரட்டி அன்பையும் பண்பையும் வளர்த்துக்கொள்ள வேண்டும். நாம் துணிவுடனும் அன்புடனும் இருப்போம். நமது மனத்தை பலவீனமாக்கி, மூடநம்பிக்கையில் ஆழ்த்தி, மந்-தமானவர்களாக்கி, சாத்தியமில்லாதவற்றை ஆசையுறச் செய்பவர்களாகவும் அற்புத செயல்-களை நம்புவர்களாகவும் நம்மை ஆக்குகின்ற எந்த நெறியையும் நாம் தள்ளிவைப்போம். அவை நம்மை மாயையில் சிக்கவைத்து ஆசையில் அலையவைக்கும். அவை நம் மனத்தை மந்த நிலையில் ஆழ்த்தி காலப்போக்கில் உண்மையை உணர, உண்மைவழியில் வாழ முடி-யாத அளவுக்கு மனத்தை பலவீனப் படுத்திவிடுகின்றன. முடிவில் வாழ்வு பலனற்றதாக மாறிவிடும். அத்தகைய நெறிகள் ஒருபோதும் நன்மை செய்வதில்லை. எனவே, சிறந்த ஆளுமையாக நம்மை ஆக்கிக்கொள்வதின் பயன் நாம் வலிமையானவர்களாக இனிமையாக வாழ்வதோடு நம்மைச் சுற்றியுள்ளோரையும் சூழலையும் இனிதாக்குவதேயாகும்.

5

கற்றலும் அதற்கேற்ப நிற்றலும்

தனி மனித வாழ்வையும் நாட்டின் முன்னேற்றத்தையும் உயர்த்துவது கல்வி. அத்தகைய கல்வி மனிதனின் உள்ளத்தில் மறைந்து கிடக்கும் அறியாமை இருளை அகற்றுகிறது. கல்வி என்ற சொல்லுக்கு மனத்தைப் பண்படுத்தல் என்பதே பொருள். 'கல்' என்னும் அடிச்சொல்-லிலிருந்தே கல்வி, கலை, கலாச்சாரம் முதலிய பண்பாடுகள் விளங்குகின்றன என்பார்.

"இப்ராய்டு கல்வித் தத்துவம்" என்ற நூலில் கல்வியை பற்றி கூறும் போது கல்விச்செல்-வம் மனித மனத்தை வளரச்செய்கிறது. கல்வி தன்னை உயர்த்துவதைக் காட்டிலும் தான் சார்ந்த சமூகத்தையும் நாட்டையும் பெருமையடையச் செய்கிறது என்பார் .சமுதாயத்தினரால் இழிவாக கருதப்படுவது பிச்சையெடுத்தல் ஆகும். இந்த நிலையை அடைந்தாவது கல்வியை கற்க வேண்டும் என்ற செய்தியை இனியவை நாற்பதும் கூறுகிறது. இதனை,

பிச்சைபுக் காயினும் கற்றல் மிக இனிதே (இனி.நாற்.ப.2:1)

என்ற பாடலடியால் அறியமுடிகிறது. இக்கருத்தையே வெற்றிவேற்கையும்

கற்கை நன்றே கற்கை நன்றே

பிச்சை புகினும் கற்கை நன்றே (வெற்.பா.35) எனக் கூறுகிறது.

கல்வியைப் பற்றிய கருத்துக்கள் இனியவை நாற்பதில் இரண்டு, நான்கு, பதின்மூன்று, இருபத்திஒன்று, பதினேழு, முப்பதுமூன்று, நாற்பத்தொன்று ஆகிய பாடல்களில் இடம்பெற்-றுள்ளன. குற்றம் இல்லாமல் கல்வியை கற்க வேண்டும் என்றும் அச்சம் இல்லாமல் தான் கற்ற கல்வியை அறிஞர் சபையில் அரங்கேற்ற வேண்டும் என்றும் கற்றறிந்த பெரியோர்க-ளின் உரைகளைப் போற்றி வாழ வேண்டும் என்றும் நூல்களின் பயனை உணர வேண்டும் என்றும் நாட்கள் தோறும் நன்மை தரும் நூல்களைப் படிக்க வேண்டும் போன்ற கல்வி தொடர்பான கருத்துக்களை இந்நூல் வலியுறுத்துகிறது.

நாளும் நவைபோகான் கற்றல் மிகஇனிதே (இனி.நாற்.ப.3:2)

தவறான வழிகளில் செல்லாதவனாக நாள்தோறும் கல்வியைக் கற்றுக் கொள்வது மிக இனிதானது. இதேயே புறநானூற்றுப்பாடல் ஒன்று (பு.நா.183, பாடியவர்: ஆரியப்படை கடந்த நெடுஞ்செழியன், திணை: பொதுவியல்)

"

'பிறப்பு ஓரன்ன உடன் வயிற்று உள்ளும்,

சிறப்பின் பாலால் தாயும் மனம் திரியும்' என்கிறது.

அதாவது ஒருதாயின் வயிற்றில் பிறந்திருந்தாலும் தாயின் மனமானது கற்று தெரிந்தவன் மீது அதிகமாய் அன்புகொள்ளும். களங்கமற்ற தாயன்புகூட கல்வியின் மேண்மையால் ஈர்க்-கப்பட்டு பாரபட்சமாகம் என்று உணர்வோம். அதேவேளையில் கற்றுத் தேர்ந்தாலும் சரியான முறையில் பேசக்கற்றுக்கொள்ள வேண்டும்.

சிறந்தமைந்த கேள்விய ராயினும் ஆராய்ந்து

அறிந்துரைத்தல் ஆற்ற இனிது (இனி.நாற்.ப.31:3-4)

சிறப்பாகக் கற்றறிந்த நூலறிவை உடையவரானாலும் சொல்ல வேண்டியதை ஆராய்ந்த-றிந்தே ஒன்றைச் சொல்வது மிக இனியது.

கற்றறிந்தார் கூறுங் கருமப் பொருள்இனிதே (இனி.நாற்.பா.32:1)

நூல்களைக் கற்று அவற்றின் பொருளை உணர்ந்தவர் சொல்கின்ற காரியத்தின் பயன் இனியது.

கழறும் அவையஞ்சான் கல்வி இனிதே (இனி.நாற்.பா.12:2)

சொல்வதற்குரிய சயையறிந்து அதற்கேற்பச் சொல்கின்ற சபைக்கு அஞ்சாதவனுடைய கல்வி இனியது.

கைவாய்ப் பொருள்பெறினுங் கல்லார்கண் தீர்வினிதே (இனி.நாற்.பா.25:2)

கையில் நிற்கக் கூடிய பொருளை பெறுவதாய் இருப்பினும் கல்லாதவரை விடுவது இனியது.

புலவர்தம் வாய்மொழி போற்றல் இனிதே (இனி.நாற்.பா.20:2)

கற்றறிந்த அறிவுடையாருடைய வாய்ச் சொற் களைப் போற்றி அதன்படி நடப்பது இனி-யது

கற்றார்முன் கல்வி உரைத்தல் மிகுஇனிதே

மிக்காரைச் சேர்தல் மிகமாண முன்இனிதே (இனி.நாற்.பா.160:1-2)

கற்றறிந்தவர் முன் தான் கற்ற கல்வியைச் சொல்வது மிக இனியது. அறிவால் மேம்பட்ட கல்வியாளரைச் சேர்ந்து பொருந்தியிருப்பது மிகப் பெருமையுடன் முற்றிலும் இனியது.

பண்டைத் தமிழகத்தில் கல்வி பற்றிய புரிதல் சமூகத்தில் பரவியிருந்தது எனலாம். இதில் சமய வேறுபாடோ, மரபு வேறுபாடோ இல்லை. பெண்பாலரும் கற்றுத் தேர்ந்திருந்தனர். உதாரணமாக ஒளவையார், பூதப்பாண்டியன் தேவி பெருங்கோப்பெண்டு, பாரிமகளிர், வெண்-ணிக் குயத்தியார், காக்கைப் பாடினியார் போன்றோர் தமிழ் இலக்கிய வரலாற்றில் நிலைத்து நிற்கும் பெண்பாற் புலவர்கள்.

இனியவை நாற்பது கூறும் கல்வி பற்றிய அறங்கள் எந்த அளவுக்கு நம்மை அறி-வானவர்களாக, மனிதனை உலக உயிர்களில் நாகரீகத்தால் மேம்பட்டவனாக ஆக்குகிறது என்பதைப் பார்ப்போம். கல்வியைப்பற்றி கூறும் போது தமிழ் நூல்கள் **கற்றல், உணர்தல், தெளிதல், அதன்படி நிற்றல்** என வரிசைப்படுத்துகின்றன. இந்தக் கல்வியை நூல்கள் மூல-மாகவும், கற்றோர் பெரியோரின் வாய்மொழியாகவும் கற்கலாம். முழுமையான கல்வி, ஒரு மனிதனை அறிஞனாக மாற்றுகிறது. அறிவியல் பூர்வமாக இது மூளை, அதில் ஏற்படும் பதிவுகள், அதன் செயல் திறன், பகுத்துணரும் ஆற்றலோடு தொடர்புடையது எனலாம்.

இதை ஆன்மீக வழியிலோ மனோதத்துவ முறையிலோ கூறுவதென்றால் அது மனத்தின் செயல் தெளிவோடு தொடர்புடையது. எப்படி?

உடலுக்கு மூளை, ஆத்மாவிற்கு மனம். இவை எப்படி வேலை செய்கின்றன?

இவை இணைந்து நான்கு வேலைகளைச் செய்கின்றன. அப்போது நான்கு பெயர்களில் அழைக்கப்படுகிறது.

1 மனம்: தூரத்தில் ஒருவன் வருகிறான். அவன் முருகனா, கிருஷ்ணனா என்ற சந்தேகம் எழுகிறது. எதையும் நிச்சயிக்க முடியாமல் குழம்புகின்ற நிலை இது. இப்போது 'மனம்' என்ற பெயர் பெறுகிறது. இதுதான் கற்றலின் முதல் நிலை, மேலோட்டமாக மேய்ந்துவிட்டுச் செல்லும் மாடுபோல் நாம் படிக்கிறோம்.

2 சித்தம்: கண்டவை, கேட்டவை, உணர்ந்தவை என்று வாழ்க்கையில் பெறுகின்ற அனு-பவங்கள் அனைத்தும் பதிவுகளாக (வடமொழியில் இது சம்ஸ்காரம்) மனத்தில் சேமிக்கப்-படுகின்றன. அந்தச் சேமிப்பு நிலையமாகத் திகழ்கின்ற மனம் 'சித்தம்'. இது அனுபவம் மற்றும் கற்றறிந்தோர் (குரு என்க) மூலமாகவும் வாய்க்கலாம்.

3 புத்தி: தூரத்தில் வருபவன் முருகனா, கிருஷ்ணனா என்று குழம்பிய மனம், சேமிப்பு நிலையமாகிய சித்தத்தில் அவனை ஒப்பிட்டு நோக்குகிறது (மூளையின் பதிவு). சித்தத்தில் ஏற்கெனவே அவனைப் பற்றிய பதிவு இருக்குமானால் 'அவன் முருகன்' அல்லது 'அவன் கிருஷ்ணன்' என்ற முடிவிற்கு வருகிறது. ஒரு வேளை அவனைப் பற்றிய தகவல் எதுவும் சித்தத்தில் இல்லாவிட்டால், 'அவன் யார் என்று தெரியவில்லை' என்று முடிவு செய்கிறது. இப்படி முடிவு செய்கின்ற மனம் 'புத்தி'. இப்படி சரியான முடிவுகள் எடுக்கும் நிலை தெளிவு எனப்படும். எனவே, முழுமையாக கல்வி அறிவு ஒருவனை புத்தி கூர்மை (பகுத்துணர்தல்) உடையவனாக்குகிறது.

4 அகங்காரம்: மேலே கண்ட மூன்று படிகளின் வாயிலாக ஒருவரை அல்லது ஒரு பொருளை அறியும் போது, 'நான் முருகனை அறிகிறேன்', 'நான் அவனை அறியவில்லை'

என்று உறுதி செய்கின்ற நான்——உணர்வாகத் (ego) திகழும் போது மனம் 'அகங்காரம்'. இதேவகையில் நான் இந்த செயல் செய்தால் நன்மை, இதைச் செய்தால் தீமை என்று புரிந்து கொள்ளும் தன்மை. இங்கு புரிதலோடு அதன் சூழல்தொடர்பும், இடமும், காலமும் சேர்ந்தே பொருள் கொள்ளப்படுகிறது. உடலைப் பொருத்தவரை இது புத்தியோடு நின்று விடுகிறது. இங்கு உடலைத்தாண்டி, 'நான் செய்கிறேன்' என்று உணர்வது ஆன்மா.

இவையனைத்தையும் நமக்கு உணர்த்துவதுதான் ஒரு முழுமையான கல்வியாகும். அகங்-காரத்தில் அதிகம் திளைக்காமல், நான் செய்கிறேன் என கர்வப்படாமல் பரம்பொருளின் இயக்கம் என்றுணர்வது 'ஆத்ம ஞானம்'. எனவேதான், கல்வியின் முக்கியத்துவத்தை இன்று மட்டுமல்ல, தொன்றுதொட்டே தமிழ் நூல்களும், தமிழ் அறிஞர்களும் வலியுறுத்தி வந்துள்-ளனர். அதை 'இனிது' என வகைப்படுத்தி கற்றல், உணர்தல், தெளிதல், அதன்படி நிற்றல் என்ற நான்கு நிலைகளையும் வலியுறுத்திச் சொல்வதினால் 'இனியவை நாற்பது' கல்விக்கு தரும் முக்கியத்துவத்தை நாம் உணரலாம்.

6

வேளாண்மை

வேளாண்மை - என்றால் விருந்தோம்பல், விரும்பிச் செய்யும் உபசாரம் என்று பொருள்படும். தொடக்கத்தில் இப்பொருள் கொண்டே அமைந்த இச்சொல் பின்னர் விருந்தோம்பல் பண்பில் சிறந்து விளங்கிய உழவரின் பொருட்டு, உழவுத் தொழிலையும் குறித்ததாக நீட்சியடைந்தது.

வேள் - வேண்டு - வேண்டல்.

* வேள் = விருப்பம்.

* வேள்வி = ஒன்றை விரும்பிச் செய்யும் யாகம்.

வேள்+ ஆளுமை= வேளாண்மை.

இங்கு வேள் என்ற சொல் கொடை என்ற பொருளிலேயே கூடுதலாகப் பயன்படுத்தப்-பட்டுள்ளது (வேள் பாரி). அதற்குரிய மற்றொரு பொருள் மண். மண்ணினை நேசிப்பவர்கள் வேளிர். `முல்லைக்குத் தேர் கொடுத்தான் வேளிர் குலத் தலைவன் பாரி` என்பது அவனது இயற்கையினை நேசிக்கும் பண்பினையே காட்டுகின்றது.

வேளாளன் என்பான் விருந்திருக்க உண்ணாதான், அவனைக் கேளாக கொண்டு வாழ்-தல் இனிது" என்று திரிகடுகம் கூறுகிறது.

"இருந்தோம்பி இல்வாழ்வதெல்லாம் விருந்தோம்பி வேளாண்மை செய்தற் பொருட்டு " எனும் குறள் "வேளாண்மை " எனும் சொல் மகிழ்வுடன் உபசரிப்பதைக் குறிக்கிறது.

இந்தியாவிலும் உலக நாடுகள் பலவற்றிலும் பொருளாதார வளர்ச்சியின் ஆணிவே-ராகவும் வாழ்வாதாரமாகவும் இருப்பது உழவுத் தொழிலே. உழவர்களே சமுதாயத்தில் வாழும் பிறதொழில் புரிவோருக்கு உணவளிப்பதோடு தொழில் வாய்ப்புகளையும் தருகின்-றனர். உழவர்கள் செய்யும் வேளாண்மை பற்றிய கருத்துக்கள் இனியவை நாற்பதில் மிகவும் மேன்மையாகக் கூறப்பட்டுள்ளது. ஏறுடையவன் வேளாண்மை செய்தல் நல்லது என்பதை,

ஏருடையான் வேளாண்மை தானினிது ஆங்கினிதே (இனி.நாற்.பா.4:3)

என்ற பாடலடிகள் உணர்த்துகின்றன.

வேளாண்மைக்கு என உள்ள விதைகளை வறுமை மற்றும் பிற காரணங்களால் குற்றி உண்ணாமல் இருப்பது நல்லது என்பதை,

வித்துக்குற் றுண்ணா விழுப்பம் மிக இனிதே (இனி.நாற்.பா.41:1)

என்ற பாடல் வரியால் அறியமுடிகிறது.

எத்துணையும் ஆற்ற இனிதென் பால்படுங்

கற்றா உடையான் விருந்து. (இனி.நாற்.பா.38:3-4)

பால் மிகக் கறக்கும், கன்றோடு பொருந்திய பசுவை உடையவன் தரும் விருந்து எல்லா வகையிலும் மிக இனியது. விருந்தைச் சிறப்பிப்பன உருக்குநெய்யும் பெருக்கு மோருமாக-லின் 'எத்துணையும் ஆற்ற இனிதென்ப பால்படும் கன்று ஆவுடையான் விருந்து' எனவும் நூலாசிரியர் கூறினார். இன்றும் இயற்கையைப் போற்றி சுற்றத்தை பேறும் 'உழவர் திருநாள்' தமிழர்களின் தலையான பண்டிகையாக கொண்டாடப்படுகிறது.

வேளாண்மையோடு மிகவும் தொடர்புடையது இயற்கை. எனவே தான்,

காவோ டறக்குளம் தொட்டல் மிகஇனிதே (இனி.நாற்.பா.23:1)

மரங்கள் நிறைந்த சோலை வளர்ப்பதுடன் தருமத்திற்குக் குளத்தை வெட்டுவது மிக இனியது என்றார் பூதஞ்சேந்தனார். இதைத்தான் 'குளம் தொட்டு வளம் பெருக்கி' என்கிறது பட்டினப்பாலை.

வேளாண்மையோடு தொடர்புடைய மற்றொரு செயல், இயற்கையை பாதுகாத்தலும் ரசிச்-தலுமாகும். பொதுவாக பண்டைத் தமிழகத்தில் கிராமங்கள் இயற்கை எழில் நிறைந்த சூழ-லில் அமைந்திருந்தன. கிராம மக்கள் அச்சூழலில் வாழ்வதை விரும்பினர். அதனால், இயற்கையைப் பற்றிய செய்திகள் சங்க நூல்களில் பெரிதும் காணப்படுகின்றன. இதையே, .

அங்கண் விசும்பின் அகல்நிலாக் காண்பினிதே (இனி.நாற்.பா.9:2)

அழகிய இடமகன்ற வானத்தில் விரிந்த ஒளி தரும் நிலாவைக் காண்பதும் இனியதாகும் என்கிறது இனியவை நாற்பது.

வறனுழக்கும் பைங்கூழ்க்கு வான்சோர் வினிதே (இனி.நாற்.பா.15:2)

போதுமான நீர் இல்லாததால் காய்ந்து வருந்தும் பசுமையான பயிர்களுக்கு வான்மேகத்-திலிருந்து மழை பொழிவது மிக இனிதாகும்.

மலர்தலை ஞாலத்து மன்னுயிர்க் கெல்லாம்

தகுதியால் வாழ்தல் இனிது. (இனி.நாற்.பா.20:2)

அகன்ற இடத்தையுடைய இப்பூமியில் வாழ்கின்ற எல்லா உயிர்களுடனும் இணக்கமாக வாழ்வது இனியது. இது அனைத்து உயிர்கட்கும் எந்நாட்டினரும் பொருத்தமானதாகும். இயற்கை எழிலை பத்துப்பாட்டு, எட்டுத்தொகை, காப்பியங்கள் போன்று விவரிக்காமல் நேர-டியாகவும் அதை அறமாகவும் மக்களுக்கு இனிமை தரும் செயலாகவும் இனியவை நாற்பது கூறுகிறது.

7

குடும்ப வாழ்க்கை இனியது

காதல் மற்றும் குடும்ப வாழ்க்கை போன்றதொரு இனிமையான நிகழ்வு இளவயதில் எதுவும் இல்லை. இருப்பினும் நாளடைவில், அதுவே சிலருக்கு வலியை ஏற்படுத்த தொடங்கி விடு‌கிறது. ஏனெனில், உறவுகளின் நெருக்கம், தேவை, எதிர்பார்ப்பு காலத்திற்கு ஏற்றால்போல் மாறலாம். எனவே, நாம் உறவுகளின் அடிப்படைக் கூறுகளை மட்டும் தக்கவைக்க முயல‌வேண்டும். அதுதான் பொது நியதி. இதன்படி, குடும்ப வாழ்க்கைக்கென்று பல அடிப்படைச் செயல்களை பண்புகளை தமிழ் நூல்கள் வலியுறுத்துகின்றன. அதில் குறிப்பாக இல்லறம் (கணவன்-மனைவி), குழந்தைச் செல்வம், பெரியோரை பேணுதல், விருந்தோம்பல் முதலா‌னைவைகள் குடும்ப வாழ்வின் இன்றியமையாத அங்கங்கள். இந்த இல்வாழ்கை அறங்கள் மனித நாகரீக வளர்ச்சியின் மிகஉயர்ந்த நிலை. அதாவது நாகரீகத்தின் அடிப்படிக் கூறுகள். இவ்வறங்களைப் பின்பற்றினால்தான் குடும்ப வாழ்வும் நாம் வாழும் சமூதாயமும் சிறக்கும், தழைக்கும். இத்தகைய தெளிவை இனியவை நாற்பது வலியுறுத்துகிறது.

இல்லறம்

ஆணும் பெண்ணும் சேர்ந்து சுற்றம் பேணி, குலம் காத்து, ஒத்த கருத்துடையராய் வாழ்க்கை நடத்துவதே இல்லறம் ஆகும். இதன் மேன்மைகருதி வள்ளுவர் இல்லறத்தை அறத்துப்பாலில் தனி அதிகாரமாக வைத்துள்ளார். இல்லறம் என்பதற்கு செந்தமிழ் சொற்‌பிறப்பியல் பேரகரமுதலி இல்லத்திலிருந்து செய்யும் அறம் என்று விளக்கம் அளிக்கிறது. இனியவை நாற்பதில் இல்லறம் பற்றிய செய்திகள் இரண்டு பாடல்களில் அமைந்துள்ளன. கணவனும் மனைவியும் ஒத்து வாழ்வது இல்லறத்தின் தலையானது. இதிலிருந்து மாறுபட்டு வாழக்கூடாது என்பதை,

ஓப்ப முடித்தால் மனைவாழ்கை முன் இனிது (பா.3:2)

என்ற பாடல் வரியில் அறியலாம். இக்கருத்தையே நன்னெறியும்,

காதல் மனையாளும் காதலனும் மாறுஇன்றி

தீதில் ஒருகருமம் செய்பவே (பா.6;1 -2)

என்று கூறுகிறது. பெண்கள் கற்புடன் வாழ்வதே சிறந்தது.இல்லறத்தில் வாழும் பெண்கள் கற்புடன் இருக்க வேண்டும்.அவ்வாறு இல்லை என்றால் நீங்கி வாழ்வது நல்லது என்பதை,

நிறை மாண்டில் பெண்டிரை நீக்கல் இனிது (இனி.நாற்.பா.11:2)

என்ற பாடல் வரியால் மணவிலக்கு வழக்காறு இல்லாத அக்காலத்தில் கற்பு இல்லாத பெண்ணை நீக்கி வாழ்ந்த செய்தியையும் அறியமுடிகிறது.

இங்கு ஒப்பமுடிந்தால் என்பதற்று, கணவனும் மனைவியும் ஒருயிர் ஈருடல் என அகநா‌னூறு கூறுகிறது. இங்கு ஒரு இனிய பஞ்சதந்திர கதையைச் சுவைப்போம்.

முன்பு ஒருகாலத்தில் விந்திய மலைச்சாரலில் இருதலையுடைய பறவை ஒன்று வாழ்ந்து வந்தது. மயில்போன்ற அந்தப் பறவைக்கு தலைகள் இரண்டு ஆனால் உடல் ஒன்றுதான். எனவே, எந்தத் தலை உணவு உண்டாலும் அதற்கு வயிறு நிரம்பி விடும்.

ஒருநாள் முதல் தலை உறங்கிவிட்டது. அந்த நேரத்தில் அப்பறவை ஒரு சுவையான பழங்கள் காய்க்கும் மரத்தின் கீழ் இருந்தது. அப்போது மேலிருந்து ஒரு பழுத்த பழம் கீழே விழுந்தது.

அதன் மணத்தால் கவரப்பட்ட இரண்டாவது தலை அதை உண்ணத் தொடங்கியது. அவ்வளவு சுவை....! இதற்குமுன் இப்படிப்பட்ட சுவையான பழத்தை ருசிபார்த்தில்லை....!

பாதிப் பழத்தை உண்டபின் மற்றொரு தலையைப் பார்த்தது. அது இன்னமும் உறங்கிக் கொண்டுதான் இருந்தது. சரி ••• இருவருக்கம் வயிறு ஒன்றுதானே.. நான் உண்டா‌லென்ன••• மற்றொரு தலை உண்டாலென்ன.. என நினைத்து முழு பழத்தையும் சுவைத்து முடித்து விட்டது....

தன் வயிறு நிறைந்து விட்டதை உணர்ந்த முதல் தலை விழித்துக் கொண்டது....

சுற்றிலும் நிறைந்திருந்த மணம், வயிறு நிறைந்த மயக்கத்தில்…. என்னை விட்டு ஏதோ நீ சுவையானதை ஏன் உண்டாய்? என மற்றொரு தலையைப் பார்த்துக் கேட்டது.

நீ தூக்கத்தில் இருந்ததால் எழுப்பவில்லை' என பதில் தந்தது மற்றொரு தலை.

அதில் திருப்தி அடையாத முதல் தலை, இல்லை..இல்லை, நீ வேண்டுமென்றே எழுப்-பவில்லை.. நீ மட்டுமே உண்டு சுவைத்தாய்…. என்று கோபித்துக் கொண்டது..

அதன்பின் இரு தலைகளும் சரியாக பேசிக்கொள்ள வில்லை… சந்தேகம் வளர ஆரம்-பித்தது..

உண்ணும் போது மற்றொரு தலைக்குப் பிடிக்காத உணவை தேடிப் பிடித்து சாப்பிட ஆரம்பித்தன இரு தலைகளும்….!

ஒரு நாள், மாலை நேரம். இரண்டாவது தலை சற்று உறங்கி விட்டது. ஒரு பாறை இடுக்கில் வளர்ந்திருந்த ஒரு மரத்தின் கீழ் பறவை நின்று கொண்டிருந்து. அந்த நேரம் ஒரு பழம் மரத்தில் இருந்து கீழே விழுந்தது.

அப்பழத்தின் மணம் நன்றாக இல்லை…. லேசாக குமட்டிக் கொண்டு வந்ததை முதல் தலை உணர்ந்தது. அதற்கு ஒரு குரூர யோசனை தோன்றியது.

உடனே அப்பழத்தை சாப்பிட ஆரம்பித்தது….

சிரிது நேரத்தில் இனிமையற்ற மணத்தால் தூக்கம் கலைந்து எழுந்த இரண்டாவது தலை, முதல் தலை அந்தப் பழத்தை சாப்பிடுவதைப் பார்த்து அதிர்ந்து போனது….

இதையா சாப்பிட்டாய்…. துப்பிவிடு….அது விஷத்தன்மை வாய்ந்தது….என பயத்தில் சப்தமிட்டு வயிற்றில் உள்ளது வெளிக்கொணர முயற்சித்தது…

ஆனால் முதல் தலையோ, இரண்டாவது தலை பொறாமையால் கத்துவதாக நினைத்து….அன்று நீ என்னை எழுப்பாமல் பழத்தை உண்டாயல்லவா?

அதேபோல் நானும் உண்பேன்….உனக்கு வேண்டும் என்றால் வேறொன்றைப் பறித்து உண்..எனக்கூறிவிட்டு முழுப் பழத்தையும் விதைகளோடு உண்டு முடித்தது….

சிறிது நேரத்தில் விஷம் இரண்டு தலையிலும் பரவி பறவை பரிதாபமாக இறந்து போனது.

இதே போல்தான் கணவனும் மனைவியும். குடும்பம் குழந்தைகள் ஒன்றாய் இருக்கும் போது, அவர்கள் இரண்டு தலைகள் மட்டுமே. விளைவுகள் இருவரையும் பாதிக்கும். எனவே தான் ஒப்பமுடிந்தால் வாழ்க்கை முன் இனிது எனப்பட்டது.

குழந்தைச்செல்வம்

குடும்பத்தில் தவிர்க்க இயலாத அங்கம் குழந்தைச் செல்வம். அதன் அழகே தனி, இல்-வாழ்வை இனிமையாக்குவது. எனவேதான்,

குழவி தளர்நடை காண்டல் இனிதே,

அவர்மழலை கேட்டல் அமிழ்தின் இனிதே (இ.நா, 14;1 -2) என்கிறது இனியவை நாற்-பது.

சின்னஞ்சிறு குழந்தைகளின் தள்ளாடும் நடையைக் காண்பது பெற்றோர்க்கும் உற்-றோர்க்கும் இனியது. அக்குழந்தைகளின் மழலைச் சொற்களைக் கேட்பது தேவாமிர்தத்தி-னைவிட இனியது. மேலும் அச்செல்வங்கள் பிணி இன்றி இருத்தல் மிகஇனியது.

பெற்றோரைமதித்தல்

தாய் தந்தையரைப் போற்றி வாழ வேண்டும் என்பதே சிறந்த அறப்பண்பு ஆகும். நாம் பெற்ற வாழ்வுக்கும் வளமைக்கும் அடித்தளம் அமைத்துத் தந்தது அவரவர் பெற்றோர்களே. முதுமை என்பது தவிர்க்க இயலாதது. அது அனைவரும் கட்டாயம் கடந்துசெல்ல வேண்டிய நிலை. எனவே, மனித சமூகம் இன்புற்றிருக்க, ஒருதலைமுறையினர் முந்தைய தலைமுறை- யினரை போற்றி காக்கவேண்டும். இதை ஒருபடி மேலே சென்று,

எஞ்சா விழுச்சீர் இருமுது மக்களைக்

கண்டெழுதல் காலை இனிது (இனி.நாற்.பா.19:3-4)

நம் பெற்றோர்களை (முதுமக்கள்) கண்டு வணங்கும் அந்த காலைப்பொழுது இனிதாகும் என்கிறது இனியவை நாற்பது. இக்கருத்தையே ஆத்திசூடியும், தந்தை தாய்ப் பேண் (ஆத்தி.பா.20) எனக் கூறுகிறது. இருப்பினும் அத்தகைய தந்தை தீய வழியில் செல்லுப- வனாக இருந்தால் அவனுக்கு கட்டுப்படத் தேவையில்லை என்பதை,

தந்தையே ஆயினும் தானடங்கான் ஆகுமேல்

கொண்டை யானாகல்இனிது(இனி.நாற்.பா.8:34)

என்ற பாடலடி உணர்த்துகிறது.

விருந்தோம்பல்

தமிழரின் தலைச்சிறந்த பண்பாடு விருந்தோம்பல் ஆகும். இல்லத்திற்கு புதிதாக வருப- வர்களை வரவேற்று உபசிக்கும் பாங்கே விருந்தோம்பல் ஆகும். சென்னைப் பல்கலைக்கழ- கத் தமி;ழ்ப் பேரகராதி விருந்தோம்பல் என்பதற்கு புதிதாக வருபரை உண்டி முதலியவற்றால் உபசரித்தல் என்று பொருள் கூறுகிறது.

விருந்தோம்பல் பற்றிய செய்தியை ஒரு பாடலில் பூதஞ்சேந்தனார் கூறியுள்ளார். பொது- வாக எல்லா இலக்கியங்களும் விருந்தோம்பல் பற்றிய செய்திகளை கூறியுள்ளன. ஆனால் இனியவை நாற்பதில் விருந்தோம்பலில் யார் இல்லத்து விருந்து சிறந்தது என்பதை பதிவு செய்துள்ளது. இதனை

எத்துணையும் ஆற்ற இனிதென்ப பால்படும்

கற்றா உடையான் விருந்து (இனி.நாற்.பா.39:3-4)

என்ற பாடலடிகள் பாலை மிகுதியாகக் கறக்கும் ஆவுடையான் அளிக்கும் விருந்து மிக- வும் இனிது என்ற கருத்தை வலியுறுத்தியுள்ளதை அறியமுடிகிறது. அதேவேளையில், அறம் அற்றோர் நம்மை மதியாதோர் வீட்டில் என்ன காரணம் தொட்டும் உண்ணக்கூடாது. இதை

உயிர்சென்று தான்படினும் உண்ணார்கைத் துண்ணாப்

பெருமைபோற் பீடுடையது இல் (இனி.நாற்.பா.11:3-4)

என்ற பாடல் வரிகள் உணர்த்துகின்றன.

இனியவை நாற்பது காட்டும் குடும்ப வாழ்க்கை நாட்டில் நல்லறம் தழைத்து, இல்லறம் செழித்து, இனிமை எங்கம் பரவ வழிவகுக்கும். இக்கருத்துக்களை, 'குடும்ப நீதிமன்றங்களின் முகப்பில் அனைவரும் அறியும்படி பொறித்து வைக்க வேண்டும்….!

8

பொதுவாழ்வியல் இனிமைகள்

இன்றைய பொதுவாழ்வைப் பற்றிய ஒரு கசப்பான உண்மையை நாம் அனைவரும் ஏற்றுக்-கொள்ள வேண்டும். இன்றைய அரசியலில் அரசு நிர்வாகத்தில் பணமும் பதவி ஆசையும் தலைவிரித்தாடுகிறது. பணம் அனைத்திற்குமான அளவுகோலாக மாறிவிட்டது. மரபுகளும் பொதுவாழ்வியல் அறங்களும் மறைந்து வருகின்றன. வெள்ளை மனதுடைய வெண்ணிற ஆடை உடுத்தியோரை காண்பது அறிதாகி வருகிறது. அனைவருக்குமான வளமான இந்தி-யாவை அமைப்போம் என்பது இந்திய அரசியல் அமைப்புச் சட்டத்தில் அடிப்படை இலக்கு. ஆனால் இலக்கை நோக்கி நாம் எவ்வளவு தூரம் வந்துள்ளோம்....? இப்போது (நாம்) நமது தேசம் எங்கே நிற்கிறது....?

நமது வாழ்வில் பிரச்சினைகள் வரும்போது நாம் ஒவ்வொருவரும் ஒவ்வொரு விதமாக செயல்படுகின்றோம். மற்றநேரங்களில் ஒவ்வொருவருக்கும் வாழ்வின் இலக்கு வெவ்வேறாக உள்ளது. அதனால் இந்த உலகம் வேறுபாடுகள் நிறைந்ததாக மாறிவிட்டது. சிலர் தங்க-ளுக்கு மற்றவர்களை விட சிறப்பு தகுதிகள் பிறப்பாலும், இருக்கின்ற நிலையாலும் இருப்-பதாக நினைக்கிறார்கள். அதனால், தங்களை சிந்தனை வாதிகளாக நினைத்துக் கொண்டு பிறரை நியாயமற்ற முறையில் நடத்த முயல்வார்கள். அல்லது தங்கள் கருத்தோடு ஒத்துப்-போகிற சிலரை உயர்த்தியும் எதிர்க் கருத்துடையோரை தாழ்த்தியும் நடத்துவர்.

இதற்கு சிறந்த உதாரணம், சில சமூக ஊடகங்கள்மூலம் செயலாக்கமற்ற முகமற்றோர் பிறரை அவதூறு செய்வதும், வணிகநோக்கில் காழ்ப்புணர்ச்சியை மக்களிடம் எடுத்துச் செல்-வதுமான வேலையை வெட்கக்கேடான வழியில் செய்கின்றனர். தமிழ்ச் சமூகம் தழைக்க இந்நிலைமை மாறவேண்டும். சமூக ஊடகங்கள் ஆக்கப் பூர்வமான பணிகளில் ஈடுபட-வேண்டும. மேலும் இனம், பாலினம், பிறப்பிடம் அல்லது தற்போதைய நிலை காரணமாக மக்கள் ஒடுக்கப்பட்டால் அல்லது மோசமாக நடத்தப்படும் சூழலில் நாட்டின் வளர்ச்சியும் தனிமனித நலமும் மிகவும் பாதிக்கப்படும். எனவே நாட்டில் வீட்டில் இனிமையை வளர்க்க சில பொது அறங்களைக் கடைப்பிடிக்க வேண்டும் என இனியவை நாற்பது வலியுறுத்துகி-றது.

நடுநிலைமை

ஒவ்வொருவரும் நடுநிலையுடன் வாழ்வது என்பது சிறந்த பண்பாகும். நாட்டில் அரசுப் பணியில் உள்ளோர், நீதிமன்றத்தில் பணிபுரிவோர் நடுநிலைமை தவறினால் நாட்டின் வளர்ச்சி பாதிக்கப்படும். மக்கள் துன்புறுவர். நாடு நரகமாக மாறிவிடும் சூழல் ஏற்படும். மக்-கள் வாழ்வின் இனிமையை இழப்பர். எனவேதான், ஒவ்வொருவரும் நடுநிலையுடன் இருக்க வேண்டும் என்பதை வள்ளுவர்.

சமன்செய்து சீர்தூக்கும் கோல்போல் அமைந்தெரருபால்

கோடாமை சான்றோர்க் கனி (குறள்.118)

என்ற குறளின் வழி குறிப்பிட்டுள்ளார். இதை இனியவை நாற்பது,

ஒருவர்பங் காகாத ஊக்கம் இனிதே (இனி.நாற்.பா.22:2)

மன்றக் கொடும்பாடு உரையாத மாண்பினிதே (இனி.நாற்.பா.31:2)

என்ற பாடலடியின் மூலம் உணர்த்துகிறது. மேலும் இக்கருத்தையே வள்ளுவரும்,

கெடுவல்யான் என்பது அறிகதன் நெஞ்சம்

நடுவொரீஇ அல்ல செயின் (குறள். 116)

என்று குறிப்பிட்டுள்ளார். எனவே, பொதுவாழ்விலும் தனிவாழ்விலும் நடுநிலைமை தவறாமை மிகச்சிறந்த அறமாக போற்றப்படுகிறது. பொதுவாக இன்றும் உலகின் மிகவும் மகிழ்ச்சியான மக்கள் வாழும் நாடுகளில் அரசுப் பணியில் உள்ளோரும் பொதுமக்களும் நடுநிலைமையுடன் நடந்து கொள்கின்றனர் என்பதை அறிக.

மானம்

ஒருவன் தன்னிலையில் தாழாமல் இருப்பது மானம் ஆகும். பெரியோர்க்கு அறநெறி பிறழாமல் இருத்தலும் சொன்ன சொல்லை காத்தலும் மானம் எனப்பட்டது. இருப்பினும் 'மானம்' என்பதை முற்றிலுமாக வரையறுக்க இயலாது. சில நேரங்களில் இடம், காலத்தைப் பொறுத்து இதன் பொருள் தரும் வீரியம் நீர்த்துப்போகிறது என்பதை நாம் காணலாம். அதே-வேளையில் இதை மிகைப்படுத்தினால் எரிச்சல், முதிர்ச்சி இன்மை, பிறரை ஏற்றுக் கொள்-ளாமை என பொருள்படும்படி ஆகிவிடலாம்....! மானம் பற்றிய கருத்து இனியவை நாற்-பதில் இரு இடங்களில் கூறப்படுகிறது. தன் மானத்தை இழக்க நேரும் போது உயிரைப் போக்கி கொள்வது நல்லது. இதனை,

* மானம் படவரின் வாழாமை முன் இனிதே (இனி.நாற்.பா.27:2)
* மானம் அழிந்தபின் வாழாமை முன் இனிதே (இனி.நாற்.பா.13:1)

என்ற பாடலடிகள் மானம் அழிந்த பின் வாழ்வது நல்லது அல்ல என்ற செய்தியை வலியுறுத்தி கூறியுள்ளதை அறிய முடிகிறது. இக்கருத்துக்களை தனிப்பட்ட மனிதனோடு தொடர்பு படுத்தாமல், 'பொதுவாழ்வில் நேர்மை வேண்டும்' என்று எடுத்துக்கொள்வது நன்று என்றே தோன்றுகின்றது.

* உயிர்சென்று தான்படினும் உண்ணார்கைத் துண்ணாப்
  பெருமைபோற் பீடுடையது இல் (இனி.நாற்.பா.11:3-4)

பசியால் உயிர் இறக்க நேரிட்டாலும், அன்போடு உபசரியாதார் கையிலிருந்து தரும் உணவை உண்ணாமலிருக்கும் பெருமை போல பெரும் பெருமை உடையது வேறொன்றும் இல்லை

• உட்கில் வழிவாழா ஊக்கம் மிகஇனிதே இனி.நாற்.பா.26:2)

மதிப்பு இல்லாத இடத்தில் வாழாது ஒதுங்கி யிருக்கும் மன உறுதி மிக இனியது என்-கிறது இனியவை நாற்பது.

நடுநிலைமையும், மானமும் ஒன்றை யொன்று மேம்படுத்தும் செயல்கள். இரண்டும் பின்-பற்றப்படும் சமூகம் நீதிவழுவாது இருந்து மக்கள் அனைவரும் இன்புற்றிருக்க வழிவகை செய்யும்.

பெரியோரைத்துணைக்கொள்ளல்

வீட்டிலும், வெளியிலும் பெரியோர்களைப் போற்றி ஒழுகுவதும், முன்னோர் வழி நின்று வாழ்வதும் நல்ல அறச்செயலாகும்;. இது தனிமனிதனை அவன் சார்ந்த சமூகத்தை வழிந-டத்தும். மேலும் வாழ்வியல் அறிவை நாம் அனுபவத்தினால் மட்டுமே பெற்றுவிட இயலாது. எனவேதான், இனியவை நாற்பது கீழ்வரும் பாடலில் பெரியோரைத் துணைகொள்ள வேண்-டும் என்கிறது.

தெற்றவும் மேலாயார்ச் சோர்வு (இனி.நாற்.பா.2:4)

மன்றின் முதுமக்கள் வாழும் பதிஇனிதே (இனி.நாற்.பா.18:1)

தெளிந்த அறிவுடைய பெரியோர்களோடு கூடி வாழ்வது நல்லது என்ற கருத்தை எடுத்-தியம்பியுள்ளது. இதன் மூலம் பெரியோர்களைப் பின்பற்றி ஒழுக வேண்டும் என்ற செய்தி வலியுறுத்தப்படுகிறது.

• வாய்ப்புடைய ராகி வலவைகள் அல்லாரைக்
  காப்படையக் கோடல் இனிது (இனி.நாற்.பா.6:3-4)

கல்வி, செல்வம் முதலிய நற்குணங்கள் யாவும் பொருந்தி, குற்றம் குறைகள் அல்லாத-வரை காப்பாகப் பொருந்தக் கொள்ளுதல் இனியது. அதேவேளையில்,

• தந்தையே ஆயினுந் தானடங்கான் ஆகுமேல்
  கொண்டடையா னாகல் இனிது. (இனி.நாற்.பா.7:3-4)

தன்னைப் பெற்ற தந்தையே ஆனாலும், அவன் மனம், மொழி, மெய்யால் தீய நெறியில் சென்று அடங்கானெனின் அவன் சொல் கேட்டு அதன் வழி நில்லாதிருப்பது இனியது எனவும் வலியுறுத்தப்படுகிறது. இது தனிமனித வாழ்க்கைக்கும், பொதுவாழ்வில் உள்ளோ-ரையும் அன்றி, நிர்வாகத்தில் (அரசு) உள்ளோருக்கும் பொருந்தும்.

பொருள்ஈட்டல்

மானுட வாழ்வை வளமாக அமைத்துக்கொள்ளவும் வேண்டியன பெறவும் பொருள் மிகவும் அவசியம். ஆனால் அதை அறவழியில் ஈட்டல் வேண்டும். பிறன் பொருளை அவர் அறியாது அடைதலாகாது என தமிழ் நூல்கள் அறிவுறுத்துகின்றன. மேலும், ஈட்டிய பொருளை பிறருக்கு (இல்லாதோருக்கும் / தேவைப்படுவோருக்கும்) தந்து உதவுதல் அதனால் ஏற்படும் பயனை அதிகரிக்கும்.

- முட்டில் பெரும்பொருள் ஆக்கியக்கால் மற்றது
  தக்குழி ஈதல் இனிது. (பா 19 3-4)

குறையில்லாத பெரும் பொருளைத் தேடிச் சம்பாதித்தால் அப்பொருளைத் தகுதி வாய்ந்த தேவையுள்ளோர்க்கு கொடுத்து உதவுவது இனியது.

- தங்க ணமர்புடையார் தாம்வாழ்தல் முன்இனிதே (இனி.நாற்.பா.9:1)

தங்குமிடத்தில் மற்றவர்களுடன் நட்புடையரா கவும், செல்வமுடையராகவும் வாழ்வது மிக இனியதாகும்.

- ஊனமொன் றின்றி உயர்ந்த பொருளுடைமை
  மானிடவர்க் கெல்லாம் இனிது. (இனி.நாற்.பா.13:3-4)

இடர்ப்பாடு ஏதும் சிறிதும் இல்லாமல் குற்றமற்ற பொருளை மிகுதியாகப் பெற்றிருப்பது மக்கள் அனைவர்க்கும் இனிமையானது.

- ஊனங்கொண் டாடார் உறுதி உடையவை
  கோள்முறையாற் கோடல் இனிது. (இனி.நாற்.பா.27:3-4)

குற்றம் பாராட்டாதவராய் நன்மை உடையன வற்றை, கொள்ளும் முறைப்படி கொள்வது இனியது.

- மயரிக எல்லராய் மாண்புடையார்ச் சேரும்
  திருவுந்தீர் வின்றேல் இனிது. (இனி.நாற்.பா.12:3-4)

அறிவுக் குறைவில்லாத நற்குணம் உடையவரிடம் சேரும் செல்வம் நீங்காதிருப்பது இனி-யது.

- அன்றறிவார் யாரென் றடைக்கலம் வெளவாத
  நன்றியின் நன்கினிய(து) இல் (இனி.நாற்.பா.30:3-4)

முன்பொரு நாள் தன்னிடம் வைத்ததை அறிவார் யாரும் இல்லையென்று அடைக்கலப் பொருளை அபகரிக்காத நல்ல தன்மையை விட மிக இனியது வேறொன்றுமில்லை

* கவ்வித்தாங் கொண்டுதாங் கண்டது காமுற்று
  வவ்வார் விடுதல் இனிது (இனி.நாற்.பா.36:3-4)

மனம் பிடிவாதமாக இருக்க, தாங்கள் கண்ட பொருளைப் பெற விரும்பி, சமயத்தை எதிர்பார்த்து பிறர் பொருளை அபகரிக்காதவராய் அந்த எண்ணத்தை மறந்து விடுவது இனி-யது.

* பிறன்கைப் பொருள்வெளவான் வாழ்தல் இனிதே (இனி.நாற்.பா.21:1)

பிறனுடைய கைப்பொருளை அபகரிக்காதவனாய் வாழ்வது இனியது.
சூதாடிகளை (கயவர்களை)நீங்குதல்

சூதாடுதல் அறம் அல்லாத செயலாகும். சூதாடும் நிகழ்வை மகாபாரதம் எடுத்தியம்பி-யுள்ளது. இந்நிகழ்வால் பல உயிர்கள் அழிந்து போயின என்பதை நாம் அறியலாம். சூதா-டிக்கு நல்வாழ்வு கிடையாது என்பதை வள்ளுவர்,

* ஒன்றுஎய்தி நூறுஇழக்குஞ் சூதர்க்கும் உண்டாம்கொல்

நன்றுஎய்தி வாழ்வதோர் ஆறு.(குறள்.932)
என்ற குறளின் வழி புலப்படுத்தியுள்ளார்.
சூதாட்டம் என்பதற்கு சென்னைப் பல்கலைக் கழக பேரகராதி சூதாடுகை,தந்திரம் எனப் பொருள் உரைக்கிறது. பழிபாவங்களுக்கு அஞ்சாதவராய், பற்றுகின்ற தொழிலையும் சொல்-லையுமுடைய சூதாடிகளை நீக்குதல் நல்லது என்பதை பின்வரும் இனியவை நாற்பது பாட-லடியின் மூலம் அறியலாம்.

* பாவமும் அஞ்சாராய்ப் பற்றுந்தொழில் மொழிச்

சூதரைச் சோர்தல் இனிது(இனி.நாற்.பா.24:3-4)
அப்படிப்பட்ட சூதாடும் குணமுடையோரை கயவரென்றும் அவரை விட்டு நீங்குதல் நலம் என்றும் இனியவை நாற்பது வலியுறுத்துகிறது.

* கயவரைக் கைகழிந்து வாழ்தல் இனிதே (இனி.நாற்.பா.29:1)
* தீயகுணமுள்ள கீழ்மக்களை விட்டு நீங்கி வாழ்வது இனியது
* மறந்தேயும் மாணா மயிரிகள் சேராத்
  திறந்தெரிந்து வாழ்தல் இனிது. (இனி.நாற்.பா.21:3-4)

மறந்தும் மாட்சிமைப்படாத அறிவிலிகளைச் சேராமல் ஆராய்ந்து அறிந்து வாழ்வது இனியது.

- புல்லிக் கொளினும் பொருளல்லார் தங்கேண்மை
  கொள்ளா விடுதல் இனிது (இனி.நாற்.பா.34:3-4)

வலியத் தாமாகவே வந்து நட்புக் கொண்டாலும், ஒரு பொருட்டாக மதிக்கத்தகாத கயவ-ருடைய நட்பினைக் கொள்ளாமல் விலகி விடுவது இனியது.

- நில்லாத காட்சி நிறையில் மனிதரைப்
  புல்லா விடுதல் இனிது (இனி.நாற்.பா.25:3-4)

நிலையில்லாத அறிவினையும், நெஞ்சில் நேர்மையையும் இல்லாத மனிதரைச் சேராது நீங்குவது இனியது. இது பொதுவாழ்வில் உள்ளோர் தவறான வழியிற் செல்லாதிருக்கவும், தம் நற்பண்புகளில் இருந்து வழுவாமல் வாழவும் உதவும்.

புலால்உண்ணாமை

உயிருள்ள உடலை கொன்று தம்முடைய ஊனைப் பெருக்கிக் கொள்வது அறச்செயல் அன்று. எல்லா உயிரையும் கொள்ளாமல் அன்பு செய்வதே சிறந்த பண்பாகும். இதனை பற்றி வள்ளுவர்,

- தன்னூண் பெருக்கற்குத் தான்பிறிது ஊன்உண்பான்

  எங்ஙனம் ஆளும் அருள்(குறள்.251)
  குறிப்பிட்டுள்ளார்.

இனியவை நாற்பதில் புலால் உண்ணாமை பற்றிய கருத்துக்கள் இரண்டு இடங்களில் கூறப்பட்டுள்ளன. ஓர் உயிரை கொல்லக் கூடாது என்பதை

- கொல்லாமை முன் இனிது (இனி.நாற்.பா.6:1)

என்ற பாடலடியால் அறியலாம்.மேலும் உயிரைத் தின்று தனது ஊனை பெருக்கிக் கொள்ளக் கூடாது என்பதை

- ஊனைத்தின்று ஊனைப் பெருக்காமை முன் ;இனிதே (இனி.நாற்.பா.5:2)

என்ற பாடலடி மூலம் புலால் உண்ணாமை செய்தியை அறியமுடிகிறது.

9

மாண்புமிகு அரசாட்சி இனியது

அரசனின்பண்புகள்

அரசன் தான் கற்றர்க்குரிய நூல்களைக் கற்று அறிவுடையவனாய் இருந்து, தன் உயிர்க்கே அன்றி தக்கள் உயிர்களைக் காப்பாற்ற வேண்டும் என்ற நோக்கத்துடன் செயல்-படுவதே அரசனின் கடமை ஆகும். முறைசெய்து காப்பாற்றும் மன்னவனை திருக்குறள்,

முறைசெய்து காப்பாற்றும் மன்னவன் மக்கட்கு

இறையென்று வைக்கப் படும் (குறள்.388) என்று கூறுகிறது.

வெற்றியைத் தருகின்ற பெருமை உடைய அரசன் ஒற்றன் கூறியவற்றை, வேறு ஒற்ற-ராலே ஆராய்ந்து பார்ப்பது இனிது. ஆராய்ந்து பார்த்து நீதி வழங்குதல் இனிதாகும். எல்லா உயிர்களையும் சமமாகப் பாவித்து முறை செய்தல் இனிதாகும் என்பதை, . ஒற்றினான்

ஒற்றிப் பொருள் தெரிதல் முன்இனிதே

முற்றான் தெரிந்து முறை செய்தல் முன்இனிதே

பற்றிலனாயல் பல்லுயிர்க்கும் பாத்துற்றுப் பாங்கறிதல்

வெற்றி வேல் வேந்தர்க்கு இனிது (இனி.நாற்.பா.35) என்ற பாடலால் அறியமுடிகிறது.

நாட்டை காக்கும் மன்னவனுக்கு படை இன்றியமையாதது அரசனின் உறுப்புகளுள் ஒன்று படை. பண்டைய காலத்தில் யானை, குதிரை, தேர், காலாள் என்ற நான்கு வகைப் படைகள் அரசனுக்கு இருந்தமையை நூல்களின் வழி அறிய முடிகிறது. திருக்குறள் அரசனுக்கு படை இன்றியமையாதது என்பதை,

படைகுடி கூழ்அமைச்சு நட்புஅரண் ஆறும்

உடையான் அரசருள் ஏறு (குறள். 381) என்று கூறுகிறது.

படைகளில் ஒன்றான யானை படை குறித்த செய்தியை இனியவை நாற்பது கூறுகிறது. இதனை,

யானையுடைய படைகாண்டல் மிக இனிதே (இனி.நாற்.பா.5:1)

என்ற பாடலடிகள் யானை படை வைத்து இருப்பது மிக இனிது என்ற கருத்தை கூறி-யுள்ளது. இதன் மூலம் யானை படை இருந்த செய்தியையும் அறியமுடிகிறது.

மறமன்னர் தங்கடையுள் மாமலைபோல் யானை
மதமுழக்கங் கேட்டல் இனிது. (இனி.நாற்.பா.15:3-4)

வீரமுடைய அரசரின் கடைவாயிலாகிய பின் முற்றத்தில் பெரிய மலை போன்ற யானை-
களின் மதங்கொண்ட பிளிறலைக் கேட்பதும் இனிதாகும்.

பற்றமையா வேந்தன்கீழ் வாழாமை முன்இனிதே (இனி.நாற்.பா.32:2)

தன் நாட்டு குடிமக்களிடம் அன்பு வைக்காத அரசனின் கீழ் வாழாமலிருப்பது மிக இனி-
யது. அரசற்குக் குடிகளிடம் அன்பில்லையாயின் குறை நீக்கலும் முறை செய்தலும் இருக்-
காது என்பதால், 'பற்றமையா வேந்தன்கீழ் வாழாமை முன்னினிதே' என்றார்.

பந்தம் உடையான் படையாண்மை முன்இனிதே (இனி.நாற்.பா.7:2)

மனைவி, மக்களிடம் பற்றுடையவன் (தன் சேனையின் நலத்திலும் பற்றுடையவனாக
இருப்பான்) சேனையை ஆளுந்தன்மை உடைவனாய் இருப்பது மிக இனியது.

சிற்றா ளுடையான் படைக்கல மாண்பினிதே

நட்டா ருடையான் பகையாண்மை முன்இனிதே (இனி.நாற்.பா.38:2)

சிறிய பாதங்களையுடைய இளம் போர்வீரர்களும், அவர்களது படைக்கலமும் மாட்சி-
மைப்பட இனியது. சுற்றத்தாரை உடையவனது பகையை ஆளும் தன்மை மிகவும் இனியது.

.............தெத்துணையும் ஒட்டாரை ஒட்டிக் கொளல் அதனின் முன்இனிதே

எந்தவகையிலும் சேராத தன் பகைவரையும் நட்பாக்கிக் கொள்வது அதைவிட மிக
இனிமையானது.

கொல்லாமை முன்இனிது கோல்கோடி மாராயஞ்
செய்யாமை முன்இனிது செங்கோலன் ஆகுதல்
எய்துந் திறத்தால் இனிதென்ப (இனி.நாற்.பா.5:1-3)

ஒருயிரைக் காரணமின்றி விளையாட்டாகக் கூட கொல்லாமலிருப்பது மிக இனிது.
அரசன் நடுவு நிலைமை தவறி தன்னிடம் வினை செய்வார்க்குப் பாரபட்சமாகச் சிறப்புச்
செய்யா திருப்பது மிக இனிது. அவன் நீதியை நிலை நாட்டும் வகையில் ஆட்சி செலுத்-
துவது மிக இனிது.

ஊருங் கலிமா உரனுடைமை முன்இனிதே
தார்புனை மன்னர் தமக்குற்ற வெஞ்சமத்துக்
கார்வரை யானைக் கதங்காண்டல் முன்இனிதே (இனி.நாற்.பா.8:1-3)

தான் ஏறிச் செலுத்துகின்ற போருக்கு உரிய குதிரை வலிமையுடையதாய் இருப்பது
மிக இனியது. மாலையணிந்த அரசர்களுக்கு போர் புரியும் களத்தில் கரிய மலை போன்ற
யானைகள் வெகுண்டு செய்யும் போரை காண்பது மிக இனியது.

ஊர்முனியா செய்தொழுகும் ஊக்கம் மிகஇனிதே
தானே மடிந்திராத் தாளாண்மை முன்இனிதே
வாள்மயங்கு மண்டமருள் மாறாத மாமன்னர்
தானை தடுத்தல் இனிது. (இனி.நாற்.பா.33:1-4)

ஊரார் வெறுக்காத செயல்களைச் செய்து வரும் பெருமை மிக இனியது.
தலைவனாகிய தானே, தாமத குணத்தால் யாவர்க்கும் வருகின்ற சோம்பலினால் வீழாது
முயற்சியால் செயல்களை நிறைவேற்றும் தன்மை மிக இனியது.

வாட்கள் நெருங்கி ஒன்றோடொன்று கலந்து மோதுகின்ற தீவிரமான போரில் மீளாத பெருமையுடைய அரசர்களது சேனைகள் பொருதலை ஒரரசன் விலக்குவது இனியது. எத்-துணை ஊக்கம் உடையார்க்கும் தாமத குணத்தால் சோம்பல் வருதல் இயல்பெனினும், அஃது அங்ஙனம் வந்தபொழுது அதனில் வீழாது, முயற்சியின் தலை நிற்றல் நன்றென்ப-தால், 'தானே மடிந்திராத் தாளாண்மை முன்னினிதே' என்றார்.

10

பொருள் இலக்கண நயம்

மனித வாழ்விற்கு பொருள் தரும் கூறுகளை ஆன்றோர் விளக்கிக் காட்டுவது பொருள் இலக்கணமாகும். பாடல்களில் வரும் பொருள் எதையெல்லாம் குறிக்க வேண்டும், எப்படி அமைக்கப்பட வேண்டும் என்று எடுத்துக் கூறுவது பொருள் இலக்கணமாகும். பொருள் இலக்கணம் தமிழுக்குத் தனிச் சிறப்பு வாய்ந்ததாகும். தமிழ்மொழியில் பொருள் இலக்கணம் அகப்பொருள், புறப்பொருள் என்று இருவகைப்படும். அகப்பொருள் என்பது ஓர் ஆணுக்கும் ஒருபெண்ணுக்கும் இடையில் ஏற்படும் காதல் உணர்ச்சியைப் பற்றிக்கூறுவதாகும். புறப்பொ-ருள் என்பது வீரம், போர், வெற்றி, கொடை, நிலையாமை முதலிய புறப்பொருள்களைக் கூறுவதாகும். ஒரே பாடலில் இனிது எனப்படும் இரு பொருட்களம் அமைந்துள்ளன. இந்-நூல் அகம், புறம் பற்றிய கருத்துக்களை எடுத்துரைப்பதால் இரண்டையும் உள்ளடக்கியதாக (இரண்டுக்கம் பொதுவானதாக) பார்க்கப்படுகிறது.

இனியவை நாற்பது நூலில் கடவுள் வாழ்த்து நீங்கலாக நாற்பது பாடல்கள் உள்ளன. இவை வெண்பாவில் அமைந்துள்ளன. இவற்றுள், 'ஊரும் கலிமா' எனத் தொடங்கும் பாடல் ஒன்று மட்டும் (எட்டாவது பாடல்) பஃறொடை வெண்பா, ஐந்தடி அமைப்பில் இயற்றப்-பட்டுள்ளது. நூலாசிரியர் சொல்ல வந்த கருத்தை முழுமையாக கூறுவதற்காக எழுதப்பட்-டதாவே தோன்றுகிறது. ஏனென்றால் மற்ற எல்லாப் பாடல்களும் (முப்பத்தொன்பது) நாலடி கொண்ட அளவியல் வெண்பாக்கள். நாற்பது பாடல்களே என்றாலும் பூதஞ்சேந்தனாரின் தமிழாற்றலையும், தெளிந்த அறிவையும், அவர் வாழ்ந்த காலத்து (கி.பி, 725 — 750) நெறிகளை நடுநிலையாக நின்று தெளிவு படுத்துவதையும் அறியமுடிகிறது. மனித வாழ்க்-கைக்கும் சமூகத்திற்கும் தேவைப்படும் நற்செயல்களை, குணங்களை, வலிமையான நிர்வாக அமைப்பை, வளமைகளை, இயற்கை எழிலை இனங்கண்டு எக்காலத்துக்கும் பொறுந்தும் வண்ணம் வடிவமைத்து அவைகளை ''இனிய'' எனும் சொற்களால் குறிக்கிறார் இந்நூலி-சிரியர். இவை படிப்போரை இன்பம் கொள்ளச் செய்து மனதில் இனிய அதிர்வலைகளை ஏற்படுத்துவதோடு தமிழின் வளமையைப் பறைசாற்றுகின்றன.

கல்வி அல்லது கற்பது என்பதுதான் மனித நாகரீகத்தின் தொடக்கம். இது குழந்தைப்ப-ருவம் முதலே ஆரம்பித்து விடுகிறது. இதன் மேன்மையை வலியுறுத்தும்போது,

'பிச்சைபுக் காயினுங் கற்றல் மிகவினிது' (இ.நா.1)

என்றமையால் மக்களுக்கு கல்வி மிகவும் இன்றியமையாதது என்பதை அறியலாம். மேலும், ஆசிரியர் அனைவரும் கற்க வேண்டும் என்ற கோணத்திலேயே செய்யுள் அமைத்துள்ளார் என்பதை அறிக. மேலும் தமிழ் இலக்கியங்கள் கற்றோரே கண்ணுடையர், கற்றோர்க்கு எவ்வூரும் தம்மூர், தக்கது தகாதது என அறிதல் அதைத்தும் கற்றோர்க்கு கைகூடும் என்கின்றன. இதிலிருந்து கற்றலின் இனிமையை முக்கியத்துவத்தை நாம் உணரலாம். இப்பாடலில் ஆசிரியர் 'பிச்சைபுக் காயினும்' என இழிவு சிறப்பும்மையை பயன்படுத்தி வறுமையுற்ற காலத்தும் கற்றல் வேண்டும் என்கிறார். எனவே, வறுமையில்லாத காலத்திலும் வளமானவர்களும் கட்டாயம் கற்றல் வேண்டும் என வலியுறுத்துகிறார். இதே கருத்து,

'கற்கை நன்றே கற்கை நன்றே

பிச்சைபுக் காயினுங் கற்கை நன்றே' என்ற பாடலிலும் எதிரொலிக்கிறது.

இதே செய்யுளில் 'முத்தேர் முறுவலார் சொல்லினிது' என்பதில் முத்துப்போன்ற பற்களையுடைய பெண்டிர் எனவும் அவர்கள் இளவயதினர், அழகுடையோர் எனவும் அறியலாம். மறைமுகமாக முத்துப்போன்ற பல்வரிசை என்பதிலிருந்து அவர்கள் ஆரோக்கமானவர்கள் என்பதையும் உணரலாம். எனவே அத்தகைய மகளிரின் சொற்கள் கேட்கும் ஆடவர்க்கு இனிமைதருவதால் 'சொல்லினிது' எனப்பட்டது. பெண்களின் அழகென்பது, உடல்ஆரோக்கியம்மற்றும்இனியசொல்என்பது தமிழ் உணர்த்தும் உள்ளுரைப் பொருள். இதுதான் இன்று உலக அழகிப்போட்டியிலும் எதிரொலிக்கிறதோ...? என்று எண்ணத் தோன்றுகிறது.

தமிழ் நூல்கள் வாழ்க்கையை வாழ்வதோடு பயனுள்ளதாக அமைத்துக் கொள்ளவேண்டும் என்கின்றன. இல்லறமோ, துறவறமோ, தமிழ் அறநூல்கள் வாழ்க்கையை இலக்கை நோக்கிய பயணமாகவே காட்டுகின்றன. இந்நூல் இல்லறமே நல்லறம் என்ற கருத்து பதிவிடப்பட்டுள்ளது. ஏனெனில் அது பலரையும் வாழவைக்கிறது. எனவே வாழ்க்கை இனிமையுடையதாக இருக்கவேண்டும். இல்லையேல் மாந்தர் நரகத்தில் இருப்பதாக உணர்வர். வாழ்வும் வீணாகும். இதன் மாற்றாக இல்லற பற்றினை விடுத்து நீங்குவதால் நம்மை விட்டு துன்பம் அகலும் என்று துறவறம் போதிக்கிறது. மேலும் நமது வாழ்நாளை அறங்களை செய்ய பயன்படுத்தலாம். வாழ்க்கை இனியதாகும். எனவேதான், இனியவை நாற்பது கணவனும் மனைவியும் இயைந்து (கருத்தொற்றுமையுடன்) வாழவேண்டும் என வலியுறுத்துகிறது. அப்படி இல்லையென்றால் பெரிதும் வருந்தாமல் நிலையாமையை உணர்ந்துகொண்டு இல்லறத்தினின்று விலகி, துறவறம் கொண்டு அறவழியில் வாழ்தல் இனிது எனப்பட்டது.

"......... மாணாதாமாயின்

நிலையாமைநோக்கிநெடியார்துறத்தல்

தலையாகத்தான்இனிதுநன்கு" என்கிறது.

தற்காலத்தில் திருமணத்திற்குப் பின் பிள்ளைகள் நகரங்களில் தனித்து வாழும் பாங்கு அதிகரித்து வருகிறது. இச்சூழலில், பிள்ளைகள் பெற்றோர் சொல் கேட்டு நடத்தலினால் வரும் நடைமுறைச் சிக்கலும் தலைமுறை வேறுபாடும் கவனிக்கத்தக்கது. அதேவேளையில் பெற்றோரின் சொல்களை அவமதித்தல் அறமாகாது. எனவே,

"ஏவதுமாறாவிளங்கிளைமுன்இனிதே" என்கிறதுஇனியவைநாற்பது.

இளங்கிளை என்பது ஒருவரின் பிள்ளையைக் குறிக்கிறது. அவர் பெற்றோரின் சொற்படி நடந்தால் அது இனியது என்கிறார். 'ஏவது' என்பதில் 'ஏவு' என்பது அடிச்சொல், இது

முக்காலத்திற்கும் பொதுவான தன்மையை உணர்த்துகிறது. இதனால் எக்காலத்தும் பெற்றோர் சொல் கேட்டுநடக்கும் பிள்ளைகளைப் கொண்டிருத்தல் இனிமை எனப்பட்டது.

ஆற்றின் கரையில் அமைந்துள்ள ஊர், நீர் வளம் நிலவளம் மிகுந்தது. அதனால் அங்கு வசிப்பவருக்கு மட்டுமல்லாது அவ்வூருக்க வரும் விருந்தினருக்கும் நன்மை தரவல்லது. மேலும் அதன் அழகு புத்துணர்வு தரவல்லது. அத்தகைய ஊரில் உள்ள மக்கள் மகிழ்ச்சி-யாக இருப்பர். எனவேதான், ''கான்யாற் றடைகரை ஊர் இனிது'' என்றார் பூதஞ்சேந்தனார். இயற்கை எழிலை மட்டும் கூறாமல் இயற்கை வளங்களை கொண்டிருக்க வேண்டுமெனவும், அவற்றை பாதுகாத்தல் அனைவரும் இனிமையாக இருக்க வழி என்பது பொருள்.

''கொல்லாமைமுன்இனிதுகோல்கோடிமாராயஞ் செய்யாமைமுன்இனிது''

எனும் பாடலில் 'கோல்' என்பது ஆளுகை அதாவது அரசாட்சி இன்றைய நிலையில் நாட்டு நிர்வாகம் என பொருள்கொள்ளலாம். கோடி என்பது கோடுதல் அதாவது வளைதல். வளைவதால் முறைதவறிச் செய்ய விளைவர் எனப் பொருள். அதாவது நிர்வாகத்தை (அரசாட்சியை) முறைதவறிச் செய்தல் கொடுங்கோல் எனப்படும். 'ராயன்' என்பது 'இரா-ஜன்' என்பதின் திரிபு. ஆசிரியர் கூறவிளைவது, நாட்டின் ஆளுகையை அரசன் (இன்று நாட்டின் நிர்வாகத் தலைவர்) முறைதவறிச் செய்யாமல் இருந்தால் இனிது. இது இன்றும் பொருந்தும் சிறப்புவாய்ந்த கூற்றாகும்.

தருமஞ்செய்தல் மிகச் சிறந்த அறமாயினும், ஒருவன் தன் வருவாயின் அளவிற்கு மிஞ்-சித் தருமஞ் செய்தால் தன்னையும் தனது குடும்பத்தையும் துன்பத்திற்கு ஆளாக்குவான். மேலும் தருமஞ்செய்வதற்கு இயலாதவனாகிறான். இதையே நம்முன்னோர்கள் 'ஆற்றில் போட்டாலும் அளந்து போடு' என்றனர். எனவேதான்

'ஆற்றுந்துணையால்அறஞ்செய்கைமுன்இனிதே' எனப்பட்டது.

நாம் கற்றிருந்தால் மட்டும் போதாது. பிறர் கூறும் தந்திர சொற்களால் கருத்துக்களால் மயக்கமடையாதவராக, நமது நற்குணங்களை இழக்காதவராகவும் இருக்கவேண்டும்.

''ஆர்வமுடையவர்ஆற்றவும்நல்லவை பேதுறார்கேட்டல்இனிது''

எனும் பாடலில் நூலாசிரியர், தீயவர்களின் மொழிகளில் மயக்கமடையாமல் உண்மையை உணரும் தன்மை உடையோரை ''பேதுறார்'' என்கிறார். அப்படிப்பட்டவர்கள் உயிர்களிடத்து அன்புடையவர்கள். அவர்களின் கேள்வி அவர்கள் இன்னும் நல்லது செய்வதற்காகவே ஆகும். எனவே 'கேட்டல் இனிது' எனப்பட்டது. தற்காலத்தில் இது அன்புடைய சமூக ஆர்வலர்கள், இயற்கை அறிஞர்கள் முதலானோரைக் குறிக்கும். வாழும் நெறியைக் கூறும்-போது,

கடமுண்டுவாழாமைகாண்டல்இனிதே (இ.நா10-1)

அதர்சென்றுவாழாமைஆற்றஇனிதே (இ.நா11-2)

மானமழிந்தபின்வாழாமைமுன்இனிதே (இ.நா13-2) என்கிறது.

கடன்வாங்கிவாழாமல்இருத்தல்இனிது, அதாவதுதனதுவருவாய்க்குதக்கவாறுவாழவேண்-டும், வீண்செலவுசெய்யலாகாதுஎன்றுபொருள்கொள்ளலாம். அதேபோல்தவறானவழி-யிற்சென்றுஅதாவதுகுறுக்குவழியிலோபிறன்பொருளைகவர்ந்தோவாழாதிருப்பதும்இனிது. அவ்வழியில், ஒருவர்க்குத்தன்நிலையினின்றும்தாழ்ந்துபெருமைஅழியநேரிட்டால், மேலும்உயிர்வாழாதிருப்பதுமிகஇனியது. அன்றேல்சமூகம்பாழ்படும்.

"விளையுடையான்வந்தடைந்துவெய்துறும்போழ்து
மனனஞ்சான்ஆகல்இனிது" (இ.நா.15-3-4)

விளைப்பயன்காரணமாகதுன்பம்வந்துஒருவன்மனம்நொந்துவருந்தும்போதும்மனம்அஞ்-சாதுஇருத்தல்வேண்டும்.   அதைதாங்கிக்கொண்டுநல்வழியில்நடப்பதால்விளைப்ப-யன்முடிந்தும்மறுமையில்இன்புறலாம்இப்பிறவியில்அத்துன்பன்நம்மைகலங்கடிக்கவிடக்கூடாது, மனத்திடம்வேண்டும்.   அப்படிஅச்சங்கொள்ளாதவனாயிருத்தல்இனிதாகும்.   இதில்விளையு-டையான்என்பதுமுன்செய்ததீவினைக்குச்சொந்தமானவன்.   அதுமுப்பிறவியாகவோஇப்பிறவி-யில்பலநாட்களுக்குமுன்செய்தவினையாகவோஇருக்கலாம். எனவே, இந்நூலாசிரியர் இம்மை மறுமை, ஊழ்வினைப் பயனில் நம்பிக்கை கொண்டவர் என்பது புலனாகிறது. இதையேவள்-ளுவர், 'அடுக்கிவரினுமழிவிலானுற்றஇடுக்கணிடுக்கட்படும்'என்கிறார். எனவே, மனத்தி-டம்கொண்டுநல்வழியில்வாழவேண்டும் என்பதுபொருள்.

இந்நூலின்மற்றொருபொருள்நயத்தைஇனிமையை,

எஞ்சாவிழுச்சீர்இருமுதுமக்களைக்

கண்டெழுதல்காலைஇனிதுஎன்பதில்காணலாம்.

குறைவில்லாதமிகுந்தசிறப்பினைஉடையஇருமுதுமக்களாகியதாய்தந்தையரைகாலை-யில்அவர்கள்இருக்குமிடம்சென்றுபார்த்துஅவர்கள்பாதங்களில்வீழ்ந்துவணங்கிஎழுவதுஇனியது. அவர்களேசிறந்ததெய்வங்கள்.   இதுஅனைத்திலும்மேலானது,   எக்காலத்துக்கும்பொருந்துவது. தமிழர்தம்பண்பாடு.

"அன்றறிவார்யாரென்றடைக்கலம்வெளவாத
நன்றியின்நன்கினியதுஇல்."

யாருக்கும்தெரியாதுஎன்றுகருதிதன்னிடம்அடைக்கலமாய்வந்தபொருளைஅபகரிக்கா-மல்இருத்தலால்விளையும்நன்மையிலும்இனியதுஇவ்வுலகில்வேறேதும்இல்லை.அந்தஎண்-ணமேதவறுஎன்றும்,   எண்ணம்தோன்றவில்லைஎனில்அதுஇனிதுஎனவும்கூறப்பட்டுள்ளது.
இதுதமிழர்கண்டஅறநெறிஎன்பதுபொருள்.

உயர்வுள்ளி ஊக்கம் பிறத்தல் இனிதே
எளியர் இவரென் றிகழ்ந்துரையா ராகி
ஒளிபட வாழ்தல் இனிது. (இ,நா,29)

எனும் பாடலில், தன்னை மேன்மேலும் ஊக்கத்தால் உயர்த்திக் கொண்டு நல்வழியில் நிற்பான் மனங்கிளர்தல் நன்றென்பார். எனவே, 'உயர்வுள்ளி ஊக்கம் பிறத்தல் இனிதே' என்-றார். ஒளிபட வாழ்தல் இங்கு அதற்குக் காரணமாகிய ஈதலை உணர்த்தி நின்றது. 'இகழ்ந்-துரையாராகி ஒளிபட வாழ்தல்' என்பதற்கு 'நன்கு மதித்து இனியவை கூறி ஈதல்' என்று பொருளாகிறது.

அதேபோல், தானங் கொடுப்பான் தகையாண்மை (இ,நா. 27)

தானம் கொடுப்பான் அபயம் தந்து தன்பக்கத்தில் இடந்தந்து பாதுகாப்பவன். 'மாவீர னல்லனாயின் அது செய்யத் துணியான்' என்பது குறிப்பு. 'தானங்கொடுப்பான் தகை-யாண்மை' என்பதற்கு அன்ன முதலிய தானங்களைச் செய்வானது தகுதியின் தலைமை என்பர் பழையவுரைகாரர். 'ஊனங் கொண்டாடாரறுதி யுடையவை எனவும், காரணகாரியம், ஐநக ஐந்யம் முதலிய சம்பந்தங்களுள் யாதானும் ஒன்று பற்றி இது கேட்டப்பின் இது கேட்-

கத்தக்கதென ஆன்றோர் கொள்ளுமுறைப்படி கொள்க என்பர், இதை 'கோண் முறையால்' எனவுங் கூறினார்.

'தம்பியரின்றிமாண்டுகிடப்பனோதமையன்மண்மேல்'

எனத்தம்பியொருவன்பரிந்தவாறுசுற்றத்தார்யாவரும்பரிந்துதுணைசெய்தலின்,

'நட்டாருடையான்பகையாண்மைமுன்னினிதே' எனவும்,

விருந்தைச்சிறப்பிப்பனஉருக்குநெய்யும்பெருக்குமோருமாகலின்

'எத்துணையும்ஆற்றஇனிதென்பால்படும்கன்றுஆவுடையான்விருந்து' எனவும்

கூறப்பட்டது.

நச்சித்தற் சென்றார் நசைகொல்லா மாண்பினிதே...26

நசை கொல்லலாவது ஒன்றைப் பெறலாமென்ற ஆசை நாளடைவில் தேய்ந்து அழியு-மாறு செய்தல்; அதாவது கொடுத்தற்கு விருப்பமில்லை என்றால் உடனே மறுக்காமல் பன்-முறையும் தருவதாகப் பொய் கூறி நாளடைவில் அவ்வாசை தானே அழியுமாறு செய்தல் சிறப்பானதன்று. அதே வேளையில், சலவரென்பார் பிறரை மயக்குவாரும், மயரிகளென்பார் தாம் மயங்குவாரும் ஆதலால், மயக்குவாரைச் சேர்தலினும் மயங்குவாரைச் சேர்தல் பேரிடர் விளைத்தலாகும்.,,,,21

ஊனமொன் றின்றி உயர்ந்த பொருளுடைமை
மானிடவர்க் கெல்லாம் இனிது. 13

இடர்ப்பாடு ஏதும் சிறிதும் இல்லாமல் குற்றமற்ற பொருளை மிகுதியாகப் பெற்றிருப்பது மக்கள் அனைவர்க்கும் இனிமையானது. ஆனால்,

வருவா யறிந்து வழங்கல் இனிதே....22.

இக்கருத்தை, ஆற்றின் அளவறிந்து ஈக எனவும், வருவாயுள் கால்வழங்கி வாழ்தல் எனவும் கூறினர். தொடர்புடையார்க்குச் சார்பாக மனம் செல்லுதல் இயல்பாதலால், 'ஒருவர் பங்காகாத ஊக்கம் இனிதே' என்றார். தொழில் பயன் பெரியதாயினும் அதனை நோக்காது தன் மனத்தில் தோன்றும் விருப்பினை அடக்கித் தம்மியல்பின் நிற்றல் வேண்டும் என 'பெட்-டவை செய்யார், திரிபின்றி வாழ்தலினிது என்றார்.

சிற்றா ஞுடையான் படைக்கல மாண்பினிதே.....38 எனும் வரி ஆழ்ந்த பொருள் நயமுடையது. இளம்பருவத்தராகியவீரர்கள்இல்லாதபடைக்கலத்தால்பயன்இல்லாததால்'சிற்றா-ஞுடையான்படைக்கலமாண்பினிதே' எனப்பட்டது.மேலும்,

ஊருங் கலிமா உரனுடைமை முன்இனிதே..8

என்ற வரிகளில், அரசன் ஏறிச் செல்லுங் குதிரைக்குப் பசி தாகம் பொறுத்தற்கும், வேண்டிய போது விரைந்தோடு தற்கும், நெடிய தூரம் செல்வதற்கும் வலிமை வேண்டுவதால், 'ஊருங் கலிமா வுரனுடைமை முன்னினிதே' என்றார். தார் - அடையாள மாலை. 'ஆற்றவும் ஆர்வமுடையார் நல்லவை பேதுறார் கேட்டல் இனிது' என்றார்; பேரார்வம் உடையார்க் கன்றி கேட்ட நற்பொருள்களை உட்கொள்ளுதலும், உள்ளத்தமைத்தலும், பின் சிந்தித்துத் தெளிதலும், தெளிந்தவழி நிற்றலும் வேறு யார்க்கும் இயலாது.

உறவினரிடம் பற்றுடையவனானால், பழிக்கு அஞ்சித் தன் சேனையில் ஒருயிர்க்கும் வீணாக இழிவு நேராதபடி பாதுகாப்பான் என்பதனால் 'பந்தமுடையான் படையாண்மை முன்னினிதே' என்றார்.,,,,7

வாய்ப்புடைய ராகி வலவைகள் அல்லாரைக்
காப்படையக் கோடல் இனிது. 6

என்பதில் 'வலவை' என்ற சொல் பயன்படுத்தப்பட்டுள்ளது. மேலும் ஆற்றுந் துணை-
யாவது பொருளளவிற்கேற்பச் செய்தல் எனப் பொருள்படும். கல்வி, செல்வம் முதலிய நற்-
குணங்கள் யாவும் பொருந்தி, குற்றம் குறைகள் அல்லாதவரை பண்டைத் தமிழகத்தில்
வலவைகள் அற்றவர் என்பர். அத்தகையோரை காப்பாகக் கொள்ளுதல் இனியது என்கிறது
இணையவை நாற்பது.

11

என்றும் இனியது - காலப் பொருத்தம்

ஒரு காலகட்டத்தில் படைக்கப்பட்ட எந்தஒரு நூலும் (இலக்கியமும்) அந்நூல் உருவான காலத்தில் பழக்கத்தில் இருந்த நற்கருத்துக்களையும், அந்நூலுக்கு முந்தைய காலத்தில் எழுந்து அன்றளவும் ஏற்றுக்கொள்ளப்பட்ட அறங்களையும் கொண்டதாக அமையும். புலக்-கத்தில் உள்ள சொற்கள் வேற்றுமொழி சொற்களாக இருந்தாலும் ஆசிரியரின் கவனத்தையும் தாண்டி உட்புகுந்து விடுகின்றன. பொதுவாக உவமைகள், உவமேயம், சொல்லாடல், ஒப்பு-மைகள், நூலமைப்பு காலத்திற்கேற்ற கருத்துருமாற்றம் மற்றும் எதிர்காலப் பார்வை நூலாசி-ரியரின் படைப்பாக இருக்கும்.

அந்தவகையில் 'இனியவை நாற்பது' படைக்கப்பட்ட காலத்தின் தேவைகளை தாங்கி நின்றபோதும், எதிர்காலத்தில் மனிதவாழ்க்கையை இனிமையாக அமைத்துக்கொண்டு இனி-துவாழ காலத்தை கடந்து இன்றும் பசுமையாக பொருத்தமானதாக இருக்கும் பல அறக்க-ருத்துக்களைக் கொண்டுள்ளது. இந்நூல், புறவாழ்கை கூறுகளான, அறம், கொடை, வீரம், ஆட்சி, வாழ்வு முதலான்வற்றை வழியுறுத்துதோடு இல்வாழ்கை அறங்களாக, காதல், மற்றும் சிறந்த ஆளுமைகளை வழியுறுத்துகின்றது. இவற்றின் சிறப்பான அம்சங்களைத் தொகுத்து இனியவைகளாக காட்டியுள்ளது. அவை இன்றைய வாழ்வியலில் எப்படிப் பயன்படும் என்-பதை ஆசிரியரின் மூலக்கருத்தை மாற்றாது இந்நூலில் உணர்த்த முயற்சி செய்யப்பட்டுள்-ளது.

குடும்ப வாழ்க்கை

இன்றைய வாழ்வியலில் பலரும் 'வாழ்க்கை வாழ்வதற்றே' என கருத்துரைக்கின்றனர். இதை 'டேக் இட் ஈஸி' என்றும் கிடைப்பதில் மகிழ்ச்சிகொள் என்று இளைய சமுதாயத்-தினருக்கு சிலர் கருத்துரைக்கின்றனர். இதை தமிழ் நூல்கள் வாழ்க்கையை பயனுள்ளதாக அமைத்துக் கொள்ளவேண்டும் என்கின்றன. காலத்திற்கேற்ப பொருளுரைகள் மாறினாலும் இதன் உள்ளார்ந்த பொருள், இல்லறமோ, துறவறமோ வாழ்க்கை பயனுள்ளதாக இருக்க-வேண்டும் என்பதே. பெரும்பாலான தமிழ் நூல்களைப் பொறுத்தவரை 'இல்லறமே நல்லறம்' என்ற கருத்து வலியுறுத்தப்படுகிறது. ஏனெனில் அது பலரையும் வாழவைக்கிறது. ஆகை-

யால், அது இனிமையுடையதாக இருக்கவேண்டியது மிகவும் அவசியம். இல்லையேல் மாந்-
தர் நரகத்தில் இருப்பதாக உணர்வர். வாழ்வும் வீணாகும். எனவேதான்,

'ஒப்பமுடிந்தால் மனைவாழ்க்கைமுன்இனிது'

இல்லறத்தில் கணவனும் மனைவியும் ஒருவரையொருவர் புரிந்துகொண்டு ஏற்றுக்-
கொண்டு விட்டுக்கொடுத்து வாழப்பழக வேண்டும். இருவரில் பெரியவர் யார்? சரியானவர்
யார்? என்பதைவிட ஒருவர் மற்றவரின் பக்கபலமாக இருந்தால் வாழ்வு இனிதாகும். இது
எக்காலத்துக்கும் எந்த மதத்தினருக்கம் எந்நாட்டவர்க்கும் பொருந்துவது.

தற்காலத்தில் திருமணத்திற்குப் பின் பிள்ளைகள் தனியாக வாழ விரும்புகின்றனர். அது
தொழில் காரணமாகவோ, பொற்றோரை விட்டு வெகுதூரம் பணிசெய்வதாலோ, கருத்து
வேறுபாடு காரணமாகவோ இருக்கலாம். பொதுவாக, நகரங்களில் தனித்து வாழும் பாங்கு
அதிகரித்து வருகிறது. இச்சூழலில், பிள்ளைகள் பெற்றோர் சொல்கேட்டு நடத்தலில் ஏற்படும்
நடைமுறைச் சிக்கலும் தலைமுறை வேறுபாடும் கவனிக்கத்தக்கது. பெற்றோர் வாழ்ந்த சூழல்
இன்று இல்லை. அதேவேளையில் பெற்றோரை அவமதித்தல் அறமாகாது. எனவே,

"ஏவதுமாறாவிளங்கிளைமுன்இனிதே" எனப்பட்டது.

இளங்கிளை ஒர முதுமரத்தின் பகுதி. புதிதாக அதனின்று தோன்றியது. அது தனி
மரமாகாது. இச்சொல் ஒருவரின் பிள்ளையைக் குறித்தது. எனவே, இளையோர் பெற்றோரின்
சொற்படி நடந்தால் அது 'இனிது' என்கிறார். 'ஏவது' என்பதில் 'ஏவு' என்பது அடிச்சொல்,
இது முக்காலத்திற்கம் பொதுவான தன்மையை உணர்த்துகிறது. இதனால் எக்காலத்தும் பெற்-
றோர் சொல் கேட்டுநடக்கும் பிள்ளைகளைப் கொண்டிருத்தல் இனிமை எனப்பட்டது. மேலும்
பெரியோர்களைப் போற்ற வேண்டும் என்பதை,

- மன்றில் முது மக்கள் வாழும் பதி — பெரியோர்கள் நிறைந்த மன்றங்களை உடைய
  ஊர்
- எஞ்சா விழுச்சீர் இருமுது மக்களைக் கண்டெழுதல் காலை இனிது. - தாய் தந்தையரை
  காலையில் அவர்கள் இருக்குமிடம் சென்று பார்த்து அவர்கள் பாதங்களில் வீழ்ந்து
  வணங்கி எழுவது இனியது.
- தாங்கினிதே மான முடையார் மதிப்பு.- மதிப்புடையவரது மதிப்பு கொள்ளுதல் இனிது

என்கிறது இனியவை நாற்பது. ஆனால் சில வீடுகளில் மருமகள் சிடுசிடுப்பதையும்....
திருமாணமாகி தனது குடும்பம்' என்றானபின் பிள்ளைகள் வருமானம் இல்லாத பெற்றோர்-
களை உதாசீனப் படுத்துவதையும் காண்கிறோம். இந்த நிலைக்கு, புரிதலில் ஏற்படும் குறை-
பாடும்..சுய நலமும்.... முக்கிய காரணங்களாகும். இதற்கு பொருத்தமான, எனது உறவினர்
வீட்டில் நடந்த ஒரு நிகழ்வை சொல்கிறேன்..

மாதம் பிறந்து மூன்று நாட்கள் ஆகிவிட்டது. அப்பாவும், அம்மாவும் இன்னும் தம்பி
வீட்டில் இருந்து வரவில்லையே....! யோசித்தான் கார்த்தி.

அப்பா ..? இந்த மாசம் தாத்தா நம்ம வீட்டுக்கு இன்னும் வரலையேப்பா? கார்த்தியின்
ஒரே மகன் தருண் கேட்டான் (கதை சொல்ல, விளையாட ஒரு கை குறையுது). வந்துடு-
வாங்க....

ம்....இதுக்குமேல ஒங்க சித்தப்பாவே கொண்டுவந்து விட்டிருவாங்க..வச்சுக்கவா போறாங்க....? மறைமுகமாக சாடினாள் கார்த்தியின் மனைவி அனிதா.

அப்போது கார்த்தியின் கைப்பேசி இசைபாட ஆரம்பித்தது. இசையில் இருந்து தம்பிதான் என கார்த்திக்கு தெரிந்துவிட்டது. பேசினான்....

ம்..சரி..என்னைக்கி திரும்பி வர்ற...மூணு நாளாகுமா....! கார்த்தியின் தம்பி அழகேசன் அலுவல் காரணமாக வெளியூர் சென்றுவிட்டதாக கூறினான். சரி நான் போயி கூட்டிட்டு வந்துடுறேன். அவனைச் சொல்லியும் குற்றமில்லை. அவன் மனைவி நச்சரித்திருப்பாள்.. அண்ணன் தம்பியின் ஒப்பந்தப்படி ஒவ்வொருவர் வீட்டிலில் ஒரு மாதம் என பெரிசுகளை வைத்துக் கொள்ள வேண்டும். மருத்துவச் செலவில் ஆளுக்குப் பாதி. இந்த ஒப்பந்தம் இரண்டு வீட்டுக் குழந்தைங்களுக்கும் தெரியும்.

பெற்றோரை அழைத்து வர ஆத்தமாகி வண்டி சாவியை தேடினான் கார்த்தி.

'அப்பா, எனக்கொரு சந்தேகம்' திடீரென கேட்டான் தருண். அனிதா, மகனை உற்று நோக்கினாள்.

என்னடா சந்தேகம்? (நானும் வாரேன் என்று சொல்வானோ....?). தாத்தாவுக்கு நீயும் சித்தப்பாவும் ரெண்டு பிள்ளைங்க. தாத்தா, பாட்டியை ஒருமாதம் விட்டு அடுத்த மாதன் என மாறி மாறி பார்த்துக்கிறீங்க... ஆனா.. நம்ம வீட்டுல நான் ஒரே பிள்ளை.. உனக்கும் அம்மாவுக்கும் வயசாயிட்டா,,ஒரு மாசம் நான் வச்சுக்குவேன்னா.... அடுத்த மாசம் நீங்க எங்க போவீங்க?

இதயத்தை உள்ளிருந்து வெளிப்பக்கமாக யாரோ ஈட்டியால் குத்துவதை அனிதா உணர்ந்தாள்.. அனைவருக்கும் வயதாகும்....உலகில் இதற்கு யாரும் விதிவிலக்கல்ல....

இதைத்தான் தமிழ் 'வினைவிதைத்தவன் வினை அறுப்பான்' என்றும் 'முற்பகல் செயின் பிற்பகல் தானே விளையும்' என்கிறது. எனவேதான் சமுதாத்த நிலைப்படுத்த, மனித சமூ-கத்தை இனிதாக்க, 'முதுமக்களை போற்றுதல் இனிது' என்கிறது இனியவை நாற்பது. இது-தான் எக்காலத்துக்குமான இயற்கையின் நியதி....

குழந்தைச் செல்வம்

உலகில் எந்நாட்டவர், இனத்தைவர், மொழியினராயினும் குழந்தைகளின் அழகை, விளையாட்டை, அறியாமல் செய்யும் தவறுகளை ரசிக்காதவர்களே கிடையாது எனலாம். இது மனிதனுக்கு மட்டுமல்ல விலங்குகளுக்கும் பொறுந்தும். தமிழ் இலக்கியங்களில் பல குழந்தைகள் இறைவனின் அவதாரமாக, இளையருள் பெற்றவர்களாக அறியப்பட்டுள்ளனர். வள்ளுவரும், 'குழலினிது யாழினிது என்பர் தம்மகட் மழலைச் சொல் கேளாதவர்' என்கிறார். பூதஞ்சேந்தனாரும் இக்கருத்துக்களை பின்வருமாறு வலியுறுத்துகிறார்.

- குழவி தளர்நடை காண்டல் இனிதே
  அவர்மழலை கேட்டல் அமிழ்தின் இனிதே,
- குழவி பிணி இன்றி வாழ்தல் இனிதே,

சின்னஞ்சிறு குழந்தைகளின் தள்ளாடும் நடையைக் காண்பது பெற்றோர்க்கும் உற்-றோர்க்கும் இனியது. அக்குழந்தைகளின் மழலைச் சொற்களைக் கேட்பது தேவாமிர்தத்தினை

விட இனியது. அதுமட்டுமல்ல, அக்குழந்தைகள் பிணியின்றி வாழ்தல் இனிதாகும். இவை எந்நாளும் இந்நாளும் பொருந்தும் கருத்தாகும். காண்போரது மனதை மென்மையாக்கி இனி-மையை உணரவைப்பது. இதையே இந்நாளில் திரைப்படக் கவிஞர் ஒருவர், 'ஆனந்த யாழை மீட்டுகிறாய், அடி ஆயிரம் வண்ணம் கூட்டுகிறாய்' என்றார்.

சுயமாக உயர்தல்

காலந்தோறும் மனிதனின் வாழ்க்கைமுறையும் நாகரீகமும் மாறிவருகிறது. அதனால் சிந்-தனை, சொல், செயல்கள் மாறிவருகின்றன. இது தவிர்க்க முடியாதது, அல்லவா?. இருப்-பினும், மனிதன் வாழும் முறையும், ஆளுமையும் சில அடிப்படைக்கூறுகளை தன்னுள் கொண்டுள்ளன. அவற்றில் மிக இன்றியமையாத எக்காலத்தும் பொருந்தக்கூடிய கூறுகளை தமிழ் இலக்கியக்கியங்கள் வலியுறுத்துகின்றன. இது தமிழ் மொழியின் சிறப்பிற்கும், தமிழ்ப் புலவர்களின் நல்லறிவிற்கும் சான்றாகும். குறிப்பாக முயற்சி, நட்பு, அன்புடைமை, புறங்கூ-றாமை, கல்வி நமது சமுதாயத்தை கட்டமைக்கும் வாழ்வியல் நெறிகளாகும். இது இந்நா-ளில் மிகச்சிறந்த தகுதிகளாக வரையறுக்கப்படுகின்றன. இன்றும் பல மாபெரும் சர்வதேச தொழில் நிறுவனங்கள் இத்தகைய ஆளுமைகளையே தங்களின் பணியாளர்களாக தேர்வு செய்கின்றன. அதேபோல், அரசு பணியாளர்களிடமும் இத்தகைய குணங்கள் எதிர்பார்க்கப்-படுகின்றன. இக்கருத்துக்களை இனியவை நாற்பதும் வலியுறுத்தி இனியவைகளாக காட்டு-கிறது.

சோம்பலை ஒழித்து முயற்சி உடையவர்களாக இருத்தல் இன்று பெரிதும் விரும்பப்படும் தேவைப்படும் குணங்களில் ஒன்று. முயற்சி இல்லோதோர் வாழ்வில் உயர்வதென்பது மிகமிக அரிது. இதையே,

'தானேமடிந்திராத்தாளாண்மைமுன்இனிதே - சோம்பல் இல்லாது முயற்சி உடையவனின் ஆண்மை இனிதாகும் என்பது பொருள்.

உயர்வுள்ளி ஊக்கம் பிறத்தல் இனிதே - தான் வாழ்வில் மேன்மேலும் உயர்வு எய்ய வேண்டும் என்று மன எழுச்சியுடன் பணியாற்றுவது இனியது என்கிறார் பூதஞ்சேந்தனார்.

இது எக்காலத்துக்கும், யாவர்க்கும் பொருந்துவது. சரியான இலக்கை தேர்ந்தெடுத்து அதைநோக்கி நாம் ஊக்கமுடன் உழைக்க வேண்டும். இதையே அப்துல்கலாம் அவர்கள் 'கனவுகாணுங்கள்' என்றார். இதேயே, முயற்சி உடையான் இகழ்ச்சி அடையான் என்று தமி-ழர்கள் போற்றினர். வள்ளுவர் இதை மூன்று அதிகாரங்கள் அமைத்து (ஊக்கமுடைமை, மடியின்மை, ஆள்வினையுடைமை) வலியுறுத்துகிறார்.

ஆட்சியாளர்கள்

இதே கருத்தை அரசர்க்கு (இன்றைய தலைவர்களுக்கு / ஆட்சியாளர்களுக்கு) கூறு-கையில், அரசன் முயற்சியும் வலிமையும் உடையவனாக இருந்தால் போதாது, சிறந்த படை-பலம் உடையவனாக இருத்தல் வேண்டும். வலிமையுடைய யானைகள், விரைந்து செல்-லும் குதிரைகள், அஞ்சாத படைவீரர்கள் அதுவும் இளவயதினர் இருத்தல் இனிமையானது. சகிப்புத்தன்மை குறைந்து போட்டி பொறாமை பெருகிவரும் இன்றைய உலகில் படைபலம் ஒருநாட்டின் பாதுகாப்பிற்கு மிகவும் அவசியம். இதையே,

'ஊரும்கலிமாஉரன்உடைமை முன் இனிது' என்று வலியுறுத்துகிறது இந்நூல். அத்த-கைய வலிமையுடைய அரசன், நல்லறம் செய்பவனாக இருத்தல் வேண்டும்.

''கொல்லாமைமுன்இனிதுகோல்கோடி

மாராயஞ் செய்யாமைமுன்இனிது''

எனும் பாடலில் 'கோல்' என்பது ஆளுகை அதாவது அரசாட்சி இன்றைய நிலையில் நாட்டு நிர்வாகம் என பொருள்கொள்ளலாம். கோடி என்பது கோடுதல் அதாவது வளைதல். வளைவதால் முறைதவறிச் செய்ய விளைவர் எனப் பொருள். அதாவது நிர்வாகத்தை (அரசாட்சியை) முறைதவறிச் செய்தல் கொடுங்கோல் எனப்படும். ராயன் என்பது இராஜன் என்பதின் திரிபு. ஆசிரியர் கூறவிளைவது, நாட்டின் ஆளுகையை அரசன் (இன்று நாட்டின் நிர்வாகத் தலைவர்) முறைதவறிச் செய்யாமல் இருந்தால் அது இனிது. இதன் இன்றைய விளக்கம், ஊழலற்ற, நேர்மையான, வளர்ச்சியை நோக்கிய மக்களுக்கான ஆட்சி. இக்க-ருத்து இன்றைய மக்களாட்சி நடைபெறும் உலக நாடுகளின் குறிக்கோளாகும். பல நாடு-களில் ஊழல் வாதிகளை, சர்வாதிகாரிகளை, மதவாதிகளை மக்கள் ஆட்சிப் பொறுப்பினிற்று தூக்கி வீசியுள்ளனர். அப்படி நடக்கம் என்பது உறுதி. எனவேதான் சிறந்த ஆட்சி எக்கா-லத்துக்கும் இனிமை தரவல்லது.

கல்வியின் மேன்மை

கல்வி மனிதவாழ்வின் மேம்பாட்டிற்கு மிகவும் இன்றியமையாதது. கல்வி அறிவில்லாத மக்களைக்கொண்ட நாடு எக்காலத்தும் உயர்வடைந்ததில்லை. நாகரீக வளர்ச்சியும், வளமையும் கல்வியால் கிடைத்த அறிவாற்றலின் விளைவாகும். எனவே இக்கருத்தை வலி-யுறுத்தாத தமிழ்ப்புலவர்களே இல்லை எனலாம். பெண்கள் பற்றி கூறும்போது 'கல்வியில்லா-தோர் களர் நிலம், அங்கே புல்விளையலாம் நல்ல புதல்வர்கள் விளைவதில்லை' என்கிறார் பாவேந்தர் பாரதிதாசன். எனவே, கல்வி என்பது ஆண், பெண் இருபாலருக்கம் பொறுந்து-

வது. கற்றலை வளர்த்த பெண்பாற்புலவர் ஒளவையார் மிகச்சிறந்த உதாரணம். தமிழகத்தில் அறம் வளர்த்த மன்னர்கள் கல்விச் சாலைகள் அமைத்தனர். சங்கம் வைத்து தமிழ் வளர்த்த பாண்டிய மன்னர்கள் உலகிற்கு ஒரு முன்னுதாரணம்

இந்திய வரலாற்றில் மிகச்சிறந்த அரசர்கள் காலத்தில் மிகச்சிறந்த நூல்கள் உருவாகியுள்ளன. அரசர்களும் கல்வியின் இன்றியமையாமை உணர்ந்து அதை வளர்த்துள்ளனர். இன்றைய நிலையில் கற்றவர்கள் தொழில் அறிவுடையோர் மட்டுமே எந்நாட்டிலும் சென்று வேலைபார்க்கும் நிலை உருவாகியுள்ளது. ஒவ்வொருநாடும் தனக்கென ஒரு கல்விக் கொள்கையை வகுத்து கல்விக்கு மிகமுக்கியத்துவம் கொடுத்து வருகின்றன. ஆதலால்தான், எப்படியாயினும், நாம் கற்கவில்லையாயினும் தமது குழந்தைகளை பள்ளிக்கு அனுப்பி கல்வி தரவேண்டும் என்று ஒவ்வொரு பெற்றோரும் நினைக்கும் நிலை தமிழ்மக்களிடம் உருவாகியுள்ளது. எனவே, கல்வி என்பது மிக இனிமை தருவது என இனியவை நாற்பது அறிவுறுத்துகிறது.

பிச்சை புக்குஆயினும் கற்றல் இனிது

நாளும் நவைபோகான் கற்றல் மிகஇனிதே

பற்பல நாளும் பழுதின்றிப் பாங்குடைய

கற்றலிற் காழினியது இல்.

பிச்சை எடுத்தாவது கற்றல் வேண்டும், ஒவ்வொருநாளும் புதியனவற்றை கற்றல் இனிது, பற்பல நாட்களும் குறையேதும் இன்றி நன்மையுடைய நூல்களைக் கற்பதைப் போல மிக இனியது வேறொன்றும் இல்லை.

அதே வேளையில் சிறந்த நுட்பமான அறிவுடையவர்களாக இருந்தாலும் ஒரு பொருளை ஆராய்ந்து உரைப்பது இனிது ஆகும். எனவேதான், **'சிறந்தமைந்தகேள்வியராயினும்ஆராய்ந்து அறிந்துரைத்தல்ஆற்றஇனிது'** எனப்பட்டது. வள்ளுவர் முதல் ஒளவையார் வரை தமிழ்இலக்கியங்கள் 'கற்றலும் அதன்படி நிற்றலுமே மாட்சிமையுடையது' என்கின்றன.

தொலைதூரத்தில் உள்ள ஒரு கிராமத்தில் சாதாரண குடும்பத்தில் பிறந்து, தமிழ்வழி கல்வி பயின்று, கற்றல், உணர்தல், தெளிதல் அதேற்கேற்ப நின்றலால், தனது ஆளுமையை வானுயற உயர்த்தி, இந்தியாவின் குடியரசுத் தலைவரான 'அப்துல் கலாம்' அவர்கள் தான் இருக்கும் இடத்தையெல்லாம் இனிமையாக்கினார். அவர் இனியவை நாற்பது கூறும் கல்விக்கும் ஆளுமைக்கும் மிகச் சரியான உதாரணமாவார்.

பொருளீட்டல்

கல்வியை அடுத்து பெரிதும் போற்றப்படுவது செல்வம். கல்வியும் செல்வமும் இரண்டு கண்கள் என்றும், சிறந்த நாட்டின் இரு தூண்கள் எனவும் போற்றப்பட்டன. 'சென்றிடுவீர் எட்டுத்திக்கும் கலைச் செல்வங்கள் யாயும் கொணர்ந்திங்கு சேர்ப்பீர்' என்றார் பாரதியார். ''ஈட்டலும் காத்தலும் காத்த வகுத்தலும் வல்ல தரசு'' என அதற்கு இலக்கணம் வகுத்து தமிழ்மறை. அதே வேளையில் அப்பொருள் நல்வழியில் ஈட்டப்படவும், நற்காரியங்களுக்காக செலவிடயும் வேண்டும் என ஆற்றுப் படுத்துகின்றன. இதே கருத்து இன்று கொரோனா பெருந்தொற்றின் போதும் வெளிப்பட்டது. உலகில் மாபெரும் செல்வந்தர்கள் சிலர் தடுப்பு மருந்து ஆராய்ச்சிக்கும், நல்ல மணம்படைத்த பலர் அரசின் 'மக்கள் கொரோனா நிவாரண நிதிக்கும்' நன்கொடை அளித்து மனிதத்துவத்தை வெளிப்படுத்தினர். இத்தகைய செயல்க

ளால்தான் உலகில் இல்லோதோரும் வறியவரும் வாழவும் முன்னேறிச் செல்லவும் முடிகிறது. இதே கருத்தை 14 நூற்றாண்டுக்கு முன்பு இனியவை நாற்பது பதிவுசெய்துள்ளது.

- ஆற்றுந் துணையால் அறஞ்செய்கை முன்இனிதே - கூடிய மட்டும் தருமம் செய்தல் இனிது.
- காவோடு அற குளம் தொட்டல் இனிது — நற்சொல்யோடு நீர்சேர்வதற்காக குளம் அமைத்தல் இனியது
- உடையான் வழக்கு இனிது - பொருளுடையவனின் வள்ளல் தன்மை இனிமை யானது.
- தானம் கொடுப்பான் தகை ஆண்மை — தானம் தருபவனின் வள்ளல் தன்னை சிறந்த ஆண்மகற்கு அழகு
- நட்டார்க்கு நல்ல செயல் — தன்னை சேர்ந்தவர்க்கு (நண்பர்களுக்கு) நற்செயல்கள் செய்ய வேண்டும்

அதே வேளயில் அப்பொருள் நல்வழியில் ஈட்டப்படவேண்டும். பிறன் பொருளை கவர்ந்தோ, தீய வழியிலோ சேராதிருக்க வேண்டும். இக்கருத்தை, 'குதர்சென்றுகொள்-ளாதகூர்மைஇனிதே' - தவறான வழியிற் பொருள் தேடாமை மிக இனிது எனவும், ஊனமொண்றின்றிஇயர்ந்தபொருளுடைமை மானிடவர்கெல்லாம்இனிது - இல்லாமல் குற்ற-மற்ற பொருளை மிகுதியாகப் பெற்றிருப்பது மக்கள் அனைவர்க்கும் இனிமையானது என்றும் வலியுறுத்துகிறார் பூதஞ்சேந்தனார்.

ஆனால் இன்றைய நிலையில் அனைவராலும் கொடை வழங்க இயலுமா? வருவாய் இல்லோதார் என் செய்வர்? தன்னைக் காத்துக் கொள்ள பொருள் வேண்டாமா?

இப்படி பல கேள்விகள் நம்முள் எழலாம். இதற்கு ஆசிரியர் கூறும் பதில், ''வருவாய் அறிந்து வழங்கல் இனிது'' என்பதாகும்.

மென்திறன்

செல்வந்தர்களின் கொடையை இனியவையாக காட்டும் அதேவேளையில், உலகமயமா-தலில், பலநாடுகளில் நகரங்களில் பலரோடும் பணியாற்றுவோருக்கு தேவைப்படும் மிக முக்-கிய குணங்களான (ஆளுமை) 'நட்பு பாராட்டல்' அல்லது 'இனிமையாக பேசிப் பழகுதல், புறங்கூறாதிருத்தல்' என்பன பற்றியும் இனியவை நாற்பது எடுத்துரைக்கிறது. இது வெளி-இடங்களுக்கு பணியாற்ற செல்வோரும் மேலாண்மைப் பதவியில் உள்ளோரும் அவசியம் வளர்த்துக்கொள்ள வேண்டிய குணமாகும்.

- ஆங்கினிதே தேரிந்கோள் நட்புத் திசைக்கு- செல்லுந்திசையில் நட்புக்கொள்ளுதல் இனிது
- தெத்துணையும் ஒட்டாரை ஒட்டிக் கொளல் அதனின் முன்இனிதே - எந்தவகையிலும் சேராத தன் பகைவரையும் நட்பாக்கிக் கொள்வது அதைவிட மிக இனிமை யானது.
- நன்றி பயன் தூக்கி வாழ்தல் — பிறர் செய்த உதவியை மறவாமல் நன்றியுணர்வுடன் வாழ்தல் இனிது

நட்புப் பாராட்டும் அதேவேளையில், தன்னை அடைந்தாரை (தனக்கு கீழ் பணிபுரி-வோரை) துயர்தீர்த்து அவரின் விருப்பை அறிந்து உதவுதல் மேலாண்மை செய்வோரை சிறந்த பணியாளராக மேலாளராக நிலைநிறுத்தும். அவரின் கீழ் பணிபுரிவோரின் நம்பிக்-கையைப் பெறுவர். இதேயே,

- ''நச்சி தற்சென்றார் நசை கொல்லா''
- 'அடைந்தார் துயர் கூரா ஆற்றல்'
- 'செவ்வியனாய்ச் செற்றுச் சினங்கடிந்து வாழ்வினிதே'
- 'யார்மட்டும் பொல்லாங் குரையாமை நன்கு'
- பங்கமில் செய்கை ராகிப் பரிந்துயார்க்கும் அன்புடைய ராதல்
- எளியர் இவரென் றிகழ்ந்துரையா ராகி ஒளிபட வாழ்தல் இனிது.

இனியவைகளாக, இனிமையை பணிபுரியும் இடத்தில் வளர்க்கும் செயல்களாக, இனி-மையாக நிறுவனங்கள் / அலுவலகங்கள் செயல்பட தேவைப்படும் சூழலாக இனியவை நாற்பது காட்டுகிறது.

பிறரை அவதூறு சொல்வதும் தவறான செய்திகளை பரப்புவதும் சிலருக்கு அந்த நிமி-டத்தில் மகிழ்ச்சியை தரலாம். தேவையில்லாமல் நம்முடன் பணியாற்றுவோர் மீதும் வீட்டில் உள்ளோர் மீதும் எரிந்து விழுகிறோம். ஆனால், அது சமுதாயத்தை உறவுகளைப் பாழ்ப-டுத்தி விடும் என்பதை நாம் மறந்து விடுகிறோம். நாம் செய்த செயல் உருமாற்றம் பெற்று நம்மிடமே பெரிதாக வந்து சேரும்... அவர்கள் உண்மையில் சமுதாயத் துரோகிகள். இது தனிப்பட்ட வாழ்க்கைக்கும் அரசியலில் உள்ளோருக்கும் பொருந்தும். இதற்கு ஒரு சிறு உதாரணம் காண்போம்.

ஒரு காலத்தில் பொதிகை மலைச் சாரலில் கீரனார் எனும் தவசீலர் சீடர்களோடு வாழ்ந்து வந்தார். அவரது சீடர்களில் ஒருவன் மட்டும் மற்ற சீடர்கள் அறியாது செய்த தவறைப் பற்றிகூட சிந்தியாமல், இல்லாததும் பொல்லாததுமாய் குறை கூறுவான். ஒருவன் செய்தாய செயல்களைக் கூட சூழ்நிலையை சாதகமாக்கி தவறாக சித்தரித்து அனைவரிட-மும் அதைப்பற்றி செய்தி பரப்பும் குணமுடையவனாக இருந்தான். இதை பல தடவைகள் குரு எடுத்துரைத்தும் அவன் திருந்துவதாக இல்லை.

ஒருநாள் அவனுக்கு பாடம் புகட்ட விரும்பிய கீரனார், அவனை அழைத்து.. சீடனே.. உனக்கு ஒரு எளிய வேலை தருகிறேன். அதைச் செய்து முடித்து விட்டால் இன்று முதல் நீதான் தலைமைச் சீடன். எனக்குப் பின் இந்த ஆசிரமத்தை நடத்த தகுதியானவன் என்-றார். சீடன் சம்மதித்தான்.

அவனிடம் ஒரு சிறு பஞ்சு மூட்டையைத் தந்து அருகில் உள்ள நகரத்தின் மையப் பகுதிக்குச் சென்று அதை சிறிது சிறிதாகப் பிய்த்து காற்றில் ஊதிப் பறக்க விட்டுவிட்டு வரும்படிச் சொன்னார்.

சீடன் அட இதுதானா குருவே...! என்று கூறிவிட்டு வெகு லாவகமாக வேலையை முடித்து விட்டு மகிழ்ச்சியாக திரும்பிவந்தான்.

பாதி வேலையை சிறப்பாகச் செய்தாய் என்று கூறிய குரு, 'சரி, இப்போதுபோய் பறக்க விட்ட பஞ்சையெல்லாம் ஒன்று விடாமல் சேகரித்துக் கொண்டு வா' என்றார்.

பலமணிநேரம் கழித்து வெறுங்கையுடன் சீடன் திரும்பினான். 'குருவே, அந்த பஞ்சு காற்றில் எங்கெங்கோ பறந்து போய்விட்டது. அதை எப்படி மறுபடி சேகரித்து வர முடியும்? என்றான் தயக்கமாக.

ஒரு மணி நேரத்திற்கு முன் பறக்க விட்ட பஞ்சுகளை உன்னால் சேகரித்து திரும்பக் கொண்டுவர முடியவில்லை. மற்றவர்களைப் பற்றி என்னென்னவோ சொல்லி வதந்திகளைப் பறக்க விடுகிறாயே, அவை யார் யார் வாயில் எப்படி எல்லாம் திரிந்து என்னென்ன விளை-வுகளை ஏற்படுத்தும் என்பதை யோசித்தாயா? ஆண்டவனை அடைய நல்லவைகளை மட்-டுமே நாம் செய்ய வேண்டியதில்லை. நாம், 'பிறரிடம் தவறாக நடந்து கொள்ளாமல் இருந்-தாலே பாதி நன்மையைப் பெற்றுவிடுவோம்', என்றார் கீரனார்.

இதைப் புரிந்து கொள்ளாவிட்டால் தான் சீடனாக இருப்பதற்கு தகுதியற்றவன் என்ப-தையும் பிறசீடர்களின் நட்பை இதுநாள் வரை இழந்து வந்துள்ளதையும் உணர்ந்து வெட்கித் தலைகுனிந்தான்.

இதுதான் இன்றைய நிலை. நமக்கு அவதூறு பரப்புவதின் தீமை புரியவில்லை.. நமக்கு நல்லறம் உணர்த்தும் கீரனார் போன்றோரை நாம் மதிப்பதுமில்லை. விளைவு சமுதாயத்தின் அடித்தளத்தில் இருந்து நாம் சில கற்களை அகற்றி விடுகிறோம்....! நாம் சார்ந்துள்ள சமூ-கத்தை மக்களை பின்னோக்கி இழுக்கும் செயலை நாம் செய்யாமல் இருந்தாலே நல்லறம். இது அரசியலில் உள்ளோர்க்கு மிகவும் பொருந்தும்.

இன்றைய நிலையில் போராமை வளர்ந்து விட்டது. பிறர்மேல் குறைகூறுதல் வளர்ந்து வருகிறது. கீரனாரின் சீடனைப்போல் நல்லோர் இருக்கும் இடத்திலும் தகாத குணமுடை-யோர் இருக்கத்தான் செய்கிறார்கள். அவர்களை நாம் தவிர்க்க இயலவில்லையே...? என்ன செய்வது?

அத்தகைய குணமுடையோரை ''சலவர்'' என இகழ்கின்றன தமிழ் நூல்கள். இப்ப-டிப்பட்ட குணமுடைவர்களை சந்திக்க அல்லது அவரோடு பணியாற்றும் நிலை ஏற்படின் (ஆண் மட்டுமல்ல பெண்களும்தான்), அவர்களை கைவிடுதலும், ஒதுக்கி விட்டு தம் பணி-யில் கவனமாக முன்செல்தலும் சிறந்தது. இதையே,

- சலவரை சாரா விடுதல் இனிதே
- கயவரை கை இகந்து வாழ்தல் இனிதே
- நிறைமாண்பில் பெண்டிரை நீக்கல் இனிதே

என்று பூதஞ்சேந்தனார் அறிவுறுத்துகிறார். இன்றும் தென்தமிழகத்தில் இத்தகையோரை பெரியவர்கள், 'சலவாய் பயல்' 'சல்லிப் பயல்' என்று இகழ்வதைக் காணலாம். எனவே இந்-நூல் கூறும் கருத்துக்கள் எக்காலத்துக்கும் பொருந்தும் இனிமைகளே அன்றி வேறில்லை.

இயற்கையைப் போற்றுவோம்

பேராண்மை உடையோர்க்கும் சிலநேரங்களில் உடல் சோர்வு ஏற்பட்டுவிடுவது இயல்-புதான். அழுப்பும் சலிப்பும் ஏற்படும்போதும் நம்மை புதுப்பித்துக்கொள்ள பலரும் சென்று

சேர்வது இயற்கையிடமே. இன்றும் என்றும் மனிதன் (இயற்கை விரும்பிகள் / புலவர்கள்) இயற்கையின் அழகை ரசிக்கத் தவறுவதில்லை. நம்மைச் சுற்றியுள்ள அழகிய இடங்கள், வாழும் இடத்தின் தூய்மை பற்றி அனைவரும் சிந்திக்கிறோம். சிறப்பாக இருக்க விரும்புகி-றோம்.

இதை தொல்காப்பியம் ஒவ்வொரு நிலத்திற்குமான பூ, தாவரம், விலங்கு, பொழுது, தெய்வம் என இலக்கணம் வகுத்தது. இதோடு தொடர்புடைய வேளாண்மையையும் தமிழ் நூல்கள் போற்றின.

திருவள்ளுவர் இயற்கைக்கு தனி அதிகாரங்கள் அமைத்தார்.

ஔவையர் 'வரப்புயர' என மன்னனை வாழ்த்தினார்.

'குளம் தொட்டு வளம் பெருக்கி' என கரிகாழன் போற்றப் படுகிறான். சோழநாடு சோறு-டைத்து என புகழ் பெற்றது.

தமிழ் மொழியின் இச்சிறப்பு எண்ணுந்தோறும் இனிமை தரவல்லது. உலகில் பண்டைக்-காலத்தில் தோன்றிய நாகரீகங்களுக்கு ஒப்பானது.

இக்கருத்தை இனியவை நாற்பது இனிமையாக கையாள்கிறது. ஆற்றின் கரையில் அமைந்துள்ள ஊர், நீர் வளம் நிலவளம் மிகுந்து காணப்படும். அதனால் அங்கு வசிப்-பவருக்கு மட்டுமல்லாது அவ்வூருக்க வரும் விருந்தினருக்கும் நன்மை பயக்கக் கூடியது. மேலும் அதன் அழகு புத்துணர்வு தரவல்லது. அத்தகைய ஊரில் உள்ள மக்கள் மகிழ்ச்சி-யாக இருப்பர். எனவேதான்,

"கான்யாற் றடைகரை ஊர் இனிது" என நவிலப்பட்டது.

இயற்கை எனும்போது அதனோடு தொடர்புடையது பல்லுயிர்கள். எனவே,

மலர்தலை ஞாலத்து மன்னுயிர்க் கெல்லாம் தகுதியால் வாழ்தல் இனிது -

அகன்ற இடத்தையுடைய இப்பூமியில் வாழ்கின்ற எல்லா உயிர்களுடனும் இணக்கமாக வாழ்வது இனியது எனப்பட்டது. இக்கருத்து 'வாடிய பயிரை கண்டபோதெல்லாம் வாடினேன் என்ற வள்ளலார் வரை தமிழகத்தில் தொடர்கிறது.

வேளாண்மையின் மேன்மையைப் போற்றும் போது அதனோடு தொடர்புடைய பழக்க வழக்கங்களையும் தமிழ் நூல்கள் வலியுறுத்தியுள்ளன. இவ்வகையில் பயிர்களின் 'விதை' மிகவும் முக்கியமானது. அவ்விதைகளை அடுத்த பருவத்திற்கென சேமித்து வைத்தனர். எனவேதான்,

வித்துற்குற் றுண்ணா விழுப்பம் மிகஇனிதே — விதைநெல்லை உண்ணாதிருக்கும் மாண்பு இனிது என்றார் பூதஞ்சேந்தனார். மேலும், வள்ளுவரும் இளங்கோவும் மழையைப் போற்றினர். இதையே இந்நூல்,

வறனுழக்கும் பைங்கூழ்க்கு வான்சோர் வினிதே - போதுமான நீர் இல்லாததால் காய்ந்து வருந்தும் பசுமையான பயிர்களுக்கு வான்மேகத்திலிருந்து மழை பொழிவது மிக இனிதாகும் என்கிறது.

விருந்தும் அதில் கலந்து கொள்வதும் இன்று அனைவருக்கம் பிடித்த ஒன்று. உணவ-ங்கள் தோன்றாத அக்காலத்தில் என் செய்வது....?

எத்துணையும் ஆற்ற இனிதென் பால்படுங் கற்றா உடையான் விருந்து

பால் மிகக் கறக்கும், கன்றோடு பொருந்திய பசுவை உடையவன் தரும் விருந்து எல்லா வகையிலும் மிக இனியது எனப்படுகிறது. அதேவேளையில்,

ஏருடையான் வேளாண்மை தானினிது

தனக்கென உழுமாடுகளும், ஏரும் உடையவன் செய்யும் பயிர்த்தொழில் இனியது எனப்-பட்டது. இன்றும் நம் இந்திய தேசத்தில் 60 விழுக்காடு மக்களுக்கு வாழ்வாதாரம் தரு-வது வேளாண்மையே. கொரோனா பெருந்தொற்று காரணமாக ஊரடங்குநிலை இருந்த-போதும் அனைவருக்கும் உணவளித்து மானுடம் காத்தது வேளாண்மையே. எனவேதான், தமிழக அரசம் வேளாண்மைக்கு முன்னுரிமை தந்து, தனி 'நிதிநிலை அறிக்கை' தயாரித்தது. யாருக்கும் எத்தொழிலுக்கும் விடுமுறை உண்டு, ஆனால் வேளாண்மைக்கு இல்லை...! என்பதை உணர்வோம்.

அறம், பொருள், இன்பம் என்னும் முப்பொருள்களையும் குறைந்த அடிகளில் சிறப்புற உரைப்பது பதினெண் கீழ்க்கணக்கு நூல்களின் இயல்பாகும் என்பது தமிழ் ஆய்வாளர்களின் பொதுவான கருத்தாகும். இலக்கியச் சுவையும், புதிய கருத்துக்களும் சங்க இலக்கியங்க-ளைவிட குன்றித் தோன்றினாலும், இந்நூல் கூறும் இனியவைகள் மக்களின் வாழ்வைச் செம்மைப் படுத்தும் சீரிய தொண்டினைச் செய்கின்றன. சங்ககாலச் சான்றோர்கள் பட்டறிந்த உண்மைகளையே பிற்காலப் புலவர்கள் நீதிக் கருத்துகளாகப் போற்றினர் என்று அறிதல் வேண்டும்.

இந்நூல், திருக்குறள் மற்றும் திரிகடுகம்போன்றே அறங்களைக் குறிப்பாகக் கூறாது பொதுப்படையாகவே கூறுகிறது. பொதுவாக இந்நூல் வெறும் இரகசியம் மிகுந்த தத்துவங்க-ளைப் போதிக்கும் நூலன்று, அஃது உலகியல் சார்ந்த நடைமுறைக் கோட்பாடுகளை நிறுவி மனிதவாழ்வை என்றும் இனிமையாக்கும் ஒரு காலப்பெட்டகம் என்றே எண்ணத்தோன்றுகி-றது.

இந்நூல் காட்டும் அறங்களை நாம் அனைவரும் பின்பற்றினால் என்றும் எங்கும் இனி-மையே....!

12

இனியவை மூலமும் உரையும்

கண்மூன் றுடையான்தாள் சேர்தல் கடிதினிதே
தொல்மாண் துழாய்மாலை யானைத் தொழிலினிதே
முந்துறப் பேணி முகநான் குடையானைச்
சென்றமர்ந் தேத்தல் இனிது.

இனியவை நாற்பது நூலை இதன் ஆசிரியர் பூதன்சேந்தனார் இறைவழிபாட்டுடன் தொடங்கி இனிய அறங்களை எடுத்துக் கூறுவதால் மக்களை நெறிப்படுத்த தலைப்பட்ட-தாகக் தோன்றுகிறது. மூன்று கண்களையுடைய சிவபெருமானது திருவடிகளை அடைதல் (இப்பிறவியில்) இனிது. பழமையான திருத்துழாய் மாலையை அணிந்த திருமாலை வணங்-குதல் இனிது. நான்கு முகங்களை உடைய பிரமதேவன் முன் அமர்ந்து அவனை வாழ்த்து-தல் இனிது. இதன்மூலம் அக்காலத்தில் (பழந்தமிழர் வாழ்வில்) இறைவழிபாடு முதன்மை-யானதாக பின்பற்றப்பட்டதாக அறியலாம்.

இனியவைகள்

பிச்சைபுக் காயினுங் கற்றல் மிகஇனிதே
நற்சலையில் கைக்கொடுத்தல் சாலவும் முன்னினிதே
முத்தேர் முறுவலார் சொல்லினி தாங்கினிதே
தெற்றவும் மேலாயார்ச் சேர்வு.

1

இனிது — நல்லது; சேர்வு - சேர்தல்

வாழ்வில் பிச்சையெடுத்தாவது கற்பது மிகவும் இனிது. அப்படி கற்ற கல்வி நல்ல சபை-யில் கற்றவருக்கு உதவுவது அதைவிட இனிது. முத்தையொக்கும் மகளிரது வாய்ச்சொல்லும் இனியதுதான். அதுபோல பெரியோர்களைத் துணையாகக் கொள்ளுதல் (அவருடன் சேர்ந்-திருத்தல்) இனிது.

உடையான் வழக்கினி தொப்ப முடிந்தால்
மனைவாழ்க்கை முன் இனிது மாணாதா மாயின்
நிலையாமை நோக்கி நெடியார் துறத்தல்
தலையாகத் தான்இனிது நன்கு.

2

வழக்கு — ஈகை; துறத்தல் - விடுதல்

பொருள் உடையவனது ஈகை இனிது. மனைவியுள்ளழும் கணவன் உள்ளமும் ஒன்றுப-டக் கூடுமாயின் மனை வாழ்க்கை இனிது. இல்லையேல் உலக வாழ்க்கை நிலையில்லாதது என்று ஆராய்ந்துணர்ந்து முற்றும் துறத்தல் இவை அனைத்திலும் மிக இனிது. பொருள் ஈட்டல், ஈதல், வாழ்தல், நீத்தல் என்ற வாழ்வியல் நெறிகள் சிறப்பாக அமையுமிடத்து இனி-யது எனலாம்.

ஏவது மாறா இளங்கிளைமை முன்இனிதே
நாளும் நவைபோகான் கற்றல் மிகஇனிதே
ஏருடையான் வேளாண்மை தானினிது ஆங்கினிதே
தேரிற்கோள் நட்புத் திசைக்கு.

3

ஏவல் — ஏவுதல்; வேளாண்மை - உழவு

சொன்ன வேலைகளை மாற்றமில்லாமல் செய்யும் வேலைக்காரர்களைக் கொண்டிருப்பது இனிதாகும். குற்றங்களில் ஈடுபடாமல் கற்றல் மிக இனிதாகும். ஏரினையும் உழவுமாடுக-ளையும் சொந்தமாக வைத்திருப்பவன் விவசாயம் செய்வது இனிது. அதுபோல ஆராய்ந்து பார்த்தால் (நாம்) செல்லுந்திசையில் நட்புக்கொள்ளுதல் இனிது. இவை நாம் ஆனந்தமாக வாழவும் செய்கின்ற காரியங்களில் வெற்றியடையவும் உதவுவதால் இனிதானது.

யானையுடையபடைகாண்டல்முன்இனிதே
ஊனைத்தின்றூனைப்பெருக்காமைமுன்இனிதே
கான்யாற்றடைகரையூர்இனிதாங்கினிதே
மானமுடையார்மதிப்பு. 4

அடை — முல்லை

அரசன் யானைப் படைகளைக் கொண்டிருத்தல் இனிது. தசையைத் தின்று (மானிடர்) உடம்பை வளர்க்காமை இனிது. (அனைத்து உயிரிடத்திலும் அன்புபாரட்ட வேண்டுமென்பது உள்ளுரைப் பொருள்). முல்லை நிலத்தில் ஆற்றில் நீராட ஏதுவாக கரைக்கண் உள்ள ஊர் இனிது. அதுபோல மதிப்புடையவரது மதிப்பு கொள்ளுதல் இனிது.

கொல்லாமை முன்இனிது கோல்கோடி மாராயஞ்
செய்யாமை முன்இனிது செங்கோலன் ஆகுதல்
எய்துங் திறத்தால் இனிதென்ப யார்மட்டும்
பொல்லாங் குரையாமை நன்கு.

5

யார்மாட்டும் - யாவரிடத்தும்

ஒருயிரைக் காரணமின்றி விளையாட்டாகக் கூட கொல்லாமலிருப்பது மிக இனிது. அரசன் நடுவு நிலைமை தவறி தன்னிடம் வினை செய்வார்க்குப் பாரபட்சமாகச் சிறப்புச் செய்யா திருப்பது மிக இனிது.

மேலும் அரசன் நீதியை நிலை நாட்டும் வகையில் ஆட்சி செலுத்துவது மிக இனிது. யாவ-ரிடத்தும் பிறர்மீது குற்றங் கூறாமலிருப்பது மிக இனிது. தவறானவர்க்கு சிறப்புச் செய்வதும், பிறரைப் பற்றி தவறாக கூறுவதும், நடுநிலைமை வகிப்பதும் மேலாண்மை செய்வோர்க்கு உரிய குணங்கள் எனக் கொள்க.

ஆற்றுந் துணையால் அறஞ்செய்கை முன்இனிதே
பாற்பட்டார் கூறும் பயமொழி மாண்பினிதே
வாய்ப்புடைய ராகி வலவைகள் அல்லாரைக்
காப்படையக் கோடல் இனிது.

6

மாண்பு — மாட்சிமை

பொருளளவிற்கேற்ப முடிந்த வரையில் அறம் செய்வது மிக இனியது; நன்னெறிப்பட்ட-வர் சொல்லும் பயனுடைய சொற்களின் மாட்சிமை இனியது;
கல்வி, செல்வம் முதலிய நற்குணங்கள் யாவும் பொருந்தி, குற்றம் குறைகள் அல்லாதவரை காப்பாகப் பொருந்தக் கொள்ளுதல் இனியது.

அந்தண ரோத்துடைமை ஆற்ற மிகஇனிதே
பந்தம் உடையான் படையாண்மை முன்இனிதே
தந்தையே ஆயினுந் தானடங்கான் ஆகுமேல்
கொண்டடையா னாகல் இனிது.

7

பந்தம் - உறவு ஆண்மை - வீரம்

அறவோர்க்கு வேதத்தில் சொல்லப்பட்டவைகளை மறவாதிருப்பது மிக இனியது. மனைவி, மக்களிடம் பற்றுடையவன் (தன் சேனையின் நலத்திலும் பற்றுடையவனாக இருப்-பான்) சேனையை ஆளுந்தன்மை உடைவனாய் இருப்பது மிக இனியது. தன்னைப் பெற்ற தந்தையே ஆனாலும், அவன் மனம், மொழி, மெய்யால் தீய நெறியில் சென்று அடங்கா-னெனின் அவன் சொல் கேட்டு அதன் வழி நில்லாதிருப்பது இனியது.

ஊருங் கலிமா உரனுடைமை முன்இனிதே
தார்புனை மன்னர் தமக்குற்ற வெஞ்சமத்துக்
கார்வரை யானைக் கதங்காண்டல் முன்இனிதே
ஆர்வ முடையவர் ஆற்றவும் நல்லவை
பேதுறார் கேட்டல் இனிது

8

கலிமா - குதிரைதார் — மாலை

தான் ஏறிச் செலுத்துகின்ற போருக்கு உரிய குதிரை வலிமையுடையதாய் இருப்பது மிக இனியது. மாலையணிந்த அரசர்களுக்கு போர் புரியும் களத்தில் கரிய மலை போன்ற யானைகள் வெகுண்டு செய்யும் போரை காண்பது மிக இனியது. மிகவும் அன்புடைய சான்-

றோர் நல்ல பயன் தரும் நிகழ்வுகளை பாரபட்சமின்றி கேட்பது மிக இனியது. இப்பாடல் பஃறொடை வெண்பா ஆகும்.

தங்க ணமர்புடையார் தாம்வாழ்தல் முன்இனிதே
அங்கண் விசும்பின் அகல்நிலாக் காண்பினிதே
பங்கமில் செய்கைய ராகிப் பரிந்துயார்க்கும்
அன்புடைய ராதல் இனிது.

9

அகல்நிலா - விரிந்தநிலாகாண்பு - காணுதல்

தங்குமிடத்தில் (வசிப்பிடத்தில்) மற்றவர்களுடன் நட்புடையரா கவும், செல்வமுடையராகவும் வாழ்வது மிக இனியதாகும். சிலர் இதை நம்மை சூழ்ந்துவாழும் நண்பர்கள் செல்வத்துடன் வாழ்தல் இனிது என்பர். இதை நல்ல நண்பர்களையும் செல்வத்தையும் நாம் தேடிக்கொள்ள வேண்டும் எனப்பொருள் கொள்ளுதல் சிறந்தது. அழகிய அகன்ற வானத்தில் விரிந்த ஒளி தரும் நிலாவைக் காண்பதும் இனியதாகும். குற்றமில்லாத செய்கைகளுள்ள நற்குணங்களுடன் யாவரிடமும் பரிவுடன் அன்புடையவராக இருப்பது இனியதாகும்.

கடமுண்டு வாழாமை காண்டல் இனிதே
நிறைமாண்பில் பெண்டிரை நீக்கல் இனிதே
மனமாண்பி லாதவரை யஞ்சி யகறல்
எனைமாண்புந் தான்இனிது நன்கு.

10

நீக்கல் - விலக்குதல்அஞ்சி — பயம்

கடன் பெற்று உண்டு வாழ்வது கூடாது என்று மெய்ம்மை ஆய்ந்து சிந்தையில் உறுதி கொள்வது இனியது. கற்பில்லாத (ஒழுக்கம் தவறிய) பெண்டிருடன் வாழமல் நீக்கிவிடுதல் இனிது. சிலர் மனைவி என்பர், அது இல்லால் எனும் பண்டைத்தமிழர் துணைவியை இழிக்கும் என்பதால், ஒழுக்கமற்ற பெண்களிடமிருந்து விலகியிருத்தல் எனக்கொள்வது பொருத்தமானதாகும். குற்றமில்லாத செய்கைகளுள்ள நற்குணங்களுடன் யாவரிடமும் பரிவுடன் அன்புடையவராக இருப்பது எல்லா மாட்சி யினும் மிகவும் இனியது.

அதர்சென்று வாழாமை ஆற்ற இனிதே
குதர்சென்று கொள்ளாத கூர்மை இனிதே
உயிர்சென்று தான்படினும் உண்ணார்கைத் துண்ணாப்
பெருமைபோற் பீடுடையது இல்.

11

அதர்சென்று - வழிசென்றுகுதர்சென்று - தவறானவழி

தவறான வழியிற் சென்று வாழாதிருப்பது இனிது. தவறான வழியிற் (மனம் போன போக்கில் சென்று) பொருள் தேடாமை (தவிர்க்கும் புத்திக் கூர்மை) மிக இனிது. பசியால் உயிர் இறக்க நேரிட்டாலும், அன்போடு உபசரியாதார் கையிலிருந்து தரும் உணவை உண்ணாமலிருக்கும் பெருமை போல பெரும் பெருமை உடையது வேறொன்றும் இல்லை.

குழவி பிணியின்றி வாழ்தல் இனிதே
சுழறும் அவையஞ்சான் கல்வி இனிதே

மயரிக எல்லராய் மாண்புடையார்ச் சேரும்
திருவுந்தீர் வின்றேல் இனிது.

12

குழவி— குழந்தை, திரு - செல்வம்

குழந்தைகள் நோயில்லாது (பிறவியில் குறையில்லாது) வாழ்வது இனிது. சான்றோர்கள் சபையில் அஞ்சாதவனுடைய கல்வி இனிது. அறிவுக் குறைவில்லாத நற்குணம் உடையவ-ரிடம் சேரும் செல்வம் நீங்காதிருப்பது இனியது.

மான மழிந்தபின் வாழாமை முன்இனிதே
தான மழியாமைத் தானடங்கி வாழ்வினிதே
ஊனமொண் நின்றி உயர்ந்த பொருளுடைமை
மானிடவர்க் கெல்லாம் இனிது.

13

மானம்அழிதல் - நிலையினின்றும்தாழ்தல்.

ஒருவர்க்குத் தன் நிலையினின்றும் தாழ்ந்து பெருமை அழிய நேரிட்டால், மேலும் உயிர் வாழாதிருப்பது மிக இனியது. தானம் செய்து வாழ்வதற்குத் தகுந்தபடி தனது செல்வம் அழிந்து விடாமல் தான் அடக்கமாக வாழ்வதும் இனிமையானது. இடர்ப்பாடு ஏதும் சிறிதும் இல்லாமல் குற்றமற்ற பொருளை மிகுதியாகப் பெற்றிருப்பது மக்கள் அனைவர்க்கும் இனி-மையானது.

குழவி தளர்நடை காண்டல் இனிதே
அவர்மழலை கேட்டல் அமிழ்தின் இனிதே
வினையுடையான் வந்தடைந்து வெய்துறும் போழ்து
மனனஞ்சான் ஆகல் இனிது.

14

சின்னஞ்சிறு குழந்தைகளின் தள்ளாடும் நடையைக் காண்பது பெற்றோர்க்கும் உற்-றோர்க்கும் இனியது. அக்குழந்தைகளின் மழலைச் சொற்களைக் கேட்பது தேவாமிர்தத்தினை விட இனியது. தீய செயல்களைச் செய்தவன் அதன் பயனாகத் துன்பம் வந்து மனம் நொந்து வருந்தும் போதும் மனம் அஞ்சாது இருப்பது இனியது.

பிறன்மனை பின்னோக்காப் பீடினி தாற்ற
வறனுழக்கும் பைங்கூழ்க்கு வான்சோர்வினிதே
மறமன்னர் தங்கடையுள் மாமலைபோல் யானை
மதமுழக்கங் கேட்டல் இனிது.

15

பீடு - பெருமை

பிறனுடைய மனைவியைத் திரும்பிப் பார்க்காத பெருமை இனிதாகும். போதுமான நீர் இல்-லாததால் காய்ந்து வருந்தும் பசுமையான பயிர்களுக்கு வான்மேகத்திலிருந்து மழை பொழி-வது மிக இனிதாகும். வீரமுடைய அரசரின் கடைவாயிலாகிய பின் முற்றத்தில் பெரிய மலை போன்ற யானைகளின் மதங்கொண்ட பிளிறலைக் கேட்பதும் இனிதாகும்.

சுற்றார்முன் கல்வி உரைத்தல் மிகஇனிதே
மிக்காரைச் சேர்தல் மிகமாண முன்இனிதே
எள்துணை யானும் இரவாது தான்ஈதல்
எத்துணையும் ஆற்ற இனிது.

16

கற்றறிந்தவர் முன் தான் கற்ற கல்வியைச் சொல்வது மிக இனியது. அறிவால் மேம்பட்ட கல்வியாளரைச் சேர்ந்து பொருந்தியிருப்பது மிகப் பெருமையுடன் முற்றிலும் இனியது. எள்-ளளவாவது, தான் பிறரிடம் யாசிக்காமல், தான் பிறர்க்குத் தானம் கொடுத்துத் தர்மம் செய்-வது எல்லா விதத்திலும் மிக இனியது.

நாட்டார்க்கு நல்ல செயலினி தெத்துணையும்
ஒட்டாரை ஒட்டிக் கொளல் அதனின் முன்இனிதே
பற்பல தானியத்தது ஆகிப் பலருடையும்
மெய்த்துணையுஞ் சேரல் இனிது.

17

நட்டார் - நண்பர்

தன்னுடன் நட்புடையவர்க்கு இனிய உதவிகளைச் செய்வது இனிமையானது. எந்தவகையி-லும் சேராத தன் பகைவரையும் நட்பாக்கிக் கொள்வது அதைவிட மிக இனிமை யானது. பற்பல வகை உணவுப் பழக்கமுடையவரானாலும் புறத்தார் பார்வைக்கு ஏதுவாக மெய்க் காப்பு வீரரோடு அரணாகப் பொருந்தியிருப்பது இனிமையானது.

மன்றின் முதுமக்கள் வாழும் பதிஇனிதே
தந்திரத்தின் வாழும் தவசிகள் மாண்பினிதே
எஞ்சா விழுச்சீர் இருமுது மக்களைக்
கண்டெழுதல் காலை இனிது.

18

ஊர்ப்பொது மன்றத்தில் மூத்த அறிவுடையோர் வாழ்கின்ற ஊர் இனியது. அறநூல்களில் சொல்லிய விதிப்படி வாழ்கின்ற தவத்தோரது மாட்சிமை இனியது. குறைவில்லாத மிகுந்த சிறப்பினை உடைய இரு முதுமக்களாகிய தாய் தந்தையரை காலையில் அவர்கள் இருக்-குமிடம் சென்று பார்த்து அவர்கள் பாதங்களில் வீழ்ந்து வணங்கி எழுவது இனியது.

நட்டார்ப் புறங்கூறான் வாழ்தால் நனிஇனிதே
பட்டாங்கு பேணிப் பணிந்தொழுதல் முன்இனிதே
முட்டில் பெரும்பொருள் ஆக்கியக்கால் மற்றது
தக்குழி ஈதல் இனிது.

19

பேணி - பாதுகாத்துஈதல் - கொடுத்தல்

தன்னிடம் நட்புக்கொண்டவர்களைப் பற்றிப் புறங்கூறாதவனாய் வாழ்வது மிக இனியது. சத்-தியத்தைப் பேணிப் பாதுகாத்து யாவர்க்கும் பணிவுடன் நடப்பது அதைவிட இனியது. குறை-யில்லாத பெரும் பொருளைத் தேடிச் சம்பாதித்தால் அப்பொருளைத் தகுதி வாய்ந்த தேவை-

யுள்ளோர்க்கு கொடுத்து உதவுவது இனியது.

சலவாரைச் சாரா விடுதல் இனிதே
புலவர்தம் வாய்மொழி போற்றல் இனிதே
மலர்தலை ஞாலத்து மன்னுயிர்க் கெல்லாம்
தகுதியால் வாழ்தல் இனிது.

20

சலவரை - வஞ்சகரைஞாலத்து - பூமியில்

வஞ்சகரைச் சாராமல் அவர்களது தொடர்பை விட்டு விடுவது இனியது. கற்றறிந்த அறிவுடையாருடைய வாய்ச் சொற் களைப் போற்றி அதன்படி நடப்பது இனியது. அகன்ற இடத்தையுடைய இப்பூமியில் வாழ்கின்ற எல்லா உயிர்களுடனும் இணக்கமாக வாழ்வது இனியது.

பிறன்கைப் பொருள்வெளவான் வாழ்தல் இனிதே
அறம்புரிந் தல்லவை நீக்கல் இனிதே
மறந்தேயும் மாணா மயிரிகள் சேராத்
திறந்தெரிந்து வாழ்தல் இனிது.

21

வெளவான் - அபகரிக்காமல்மயிரிகள் - அறிவிலிகள்

பிறருடைய கைப்பொருளை அபகரிக்காமல் வாழ்வதும் தர்மம் செய்து பாவத்தை நீக்குதலும் இனியதாகும். மறதியாகக்கூட மாட்சிமை இல்லாத அறிவிலிகளைச் சேராத வழிகளை ஆராய்ந்து வாழ்தல் இனிது.

வருவா யறிந்து வழங்கல் இனிதே
ஒருவர்பங் காகாத ஊக்கம் இனிதே
பெருவகைத் தாயினும் பெட்டவை செய்யார்
திரிபின்றி வாழ்தல் இனிது.

22

வழங்கல் - கொடுத்தல்ஊக்கம்— மனவெழுச்சி

தன் வருவாய்க்கு ஏற்றார் போன்று கொடுத்தல் இனிது. ஒருவர் பக்கம் சார்பாகாத (விருப்பு வெறுப்புடன் பிறரை நோக்குதல்) ஒழுக்கம் இனிது. பெரிய யானையை உடைய-வராயினும் தாம் விரும்பியவற்றை ஆராயாது செய்யாதவராய், தம் இயல்பிலிருந்து மாறாத-வராய் வாழ்தல் இனிது.

காவோ டறக்குளம் தொட்டல் மிகஇனிதே
ஆவோடு பொன்னீதல் அந்தணர்க்கு முன்இனிதே
பாவழும் அஞ்சாராய்ப் பற்றுந் தொழில்மொழிச்
சூதரைச் சோர்தல் இனிது.

23

தொட்டல் - வெட்டுதல்ஆ - பசு

சோலையுடன் கூடிய பொதுக் குளத்தை வெட்டுதல் இனிது. அந்தணர்க்குப் பசுவோடு பொன்னைக் கொடுத்தல் இனிது. பாவத்திற்கு அஞ்சாமல் சூதாடுகிறவர்களை நீக்கி வாழ்தல்

இனியது.

வெல்வது வேண்டி வெகுளாதா நோன்பினிதே
ஒல்லுந் துணையும்ஒன்று உய்ப்பான் பொறை இனிதே
இல்லாது காமுற் றிரங்கி இடர்ப்படார்
செய்வது செய்தல் இனிது.

24

வெகுளி - கோபம்பொறை - பொறுத்தல்

மேம்படுத்தலை விரும்பி கோபம் இல்லாமல் இருப்பவனின் தவம் இனியது. தன்னால் முடிந்-
தமட்டும் எடுத்துக் கொண்ட வேலையை முடிக்கும் ஆற்றல் உடையவனின் பொறுமை மிக
இனிது. தம்மிடம் இல்லாத பொருளை நினைத்து துன்பப்படாமல் இருப்பது இனிது.

ஐவாய வேட்கை யவாவடக்கல் முன்இனிதே
கைவாய்ப் பொருள்பெறினுங் கல்லார்கண் தீர்வினிதே
நில்லாத காட்சி நிறையில் மனிதரைப்
புல்லா விடுதல் இனிது.

25

வேட்கை - ஆசைபுல்லா - சேராது

ஐந்து வழியால் வருகின்ற ஆசைகளை அடக்குதல் இனிது. கையில் நிற்கக்கூடிய
பொருளைப் பெறுவதாக இருந்தாலும் கல்லாதவரை விடுதல் இனிது. நிலையில்லாத அறி-
வினையும், நெஞ்சில் நேர்மையையும் இல்லாத மனிதரைச் (உடல் மற்றும் அறிவில் குறை-
யுடையோர் என்க) சேராது நீங்குவது இனியது

நச்சித்தற் சென்றார் நசைகொல்லா மாண்பினிதே
உட்கில் வழிவாழா ஊக்கம் மிகஇனிதே
எத்திறத் தானும் இயைவ கரவாத
பற்றினின் பாங்கினியது இல்.

26

நசை - விருப்பம்பாங்கு - அன்பு

ஒரு பொருளை விரும்பித் தன்னை அடைந்தவர்களின் விருப்பத்தை அழிக்காது விடுதல்
(நிறைவேற்றுதல் என்க) இனிது. மதிப்பு இல்லாதவிடத்து வாழாதவனின் (அவ்விடத்தை
விட்டு நீங்குதல்) மனவெழுச்சி இனிது. எப்படியானாலும் பிறருக்குக் கொடுக்கும் பொருளை
மறைத்து விடலாம் என்ற எண்ணம் கொள்ளமால் இருக்கும் அன்பு மிகப்பெரியது (மறைக்க
நினைக்காமல் கொடுக்க நினைக்கும் அன்பு).

தானங் கொடுப்பான் தகையாண்மைமுன் இனிதே
மானம் படவரின் வாழாமை முன்இனிதே
ஊனங்கொண் டாடார் உறுதி உடையவை
கோள்முறையாற் கோடல் இனிது.

27

அபயம் கொடுப்பவனின் ஆண்மை மிக இனிது. மானம் இழந்து வாழாமை இனிது. பிறரின்

குற்றம் பாராட்டாதவராய் இருக்கும் உறுதியும் நன்மை உடைய வற்றை, அடையும் முறைப்படி அடைவதும் (அறவழியில் பெறுதல்) இனியது.

.ஆற்றாமை யாற்றென் றலையாமை முன்இனிதே

கூற்றம் வரவுண்மை சிந்தித்து வாழ்வனிதே

ஆக்க மழியினும் அல்லவை கூறாத

தேர்ச்சியின் தேர்வினியது இல்.

28

ஆற்றானை - செய்யமாட்டாதவனைகூற்றம் - எமன்

ஒரு வேலையைச் செய்யத் தெரியாதவனிடத்து ஒரு வேலையைக் கொடுக்காமை இனிது (செயல் திறம் அறிதல் மற்றும் அன்புடன் அனுகுதல் இனிது). கூற்றம் வருவது உறுதி என்பதை சிந்தித்து தவறு செய்யாமல் வாழ்வது இனியது. செல்வம் அழிந்தாலும் பாவச் சொற்களைச் சொல்லாத தெளிவினை விடச் சிறந்தது வேறெதுவுமில்லை.

கயவரைக் கைகழிந்து வாழ்தல் இனிதே

உயர்வுள்ளி ஊக்கம் பிறத்தல் இனிதே

எளியர் இவரென் றிகழ்ந்துரையா ராகி

ஒளிபட வாழ்தல் இனிது.

29

கயவரை - கீழ்மக்களைஇகழ்ந்து - அவமதித்து

கீழ் மக்களை நீக்கி வாழ்தல் இனியது. தன் உயர்வினை நினைத்து ஊக்கத்துடன் வாழ்தல் இனிது. வறியவர் என்று இகழாது புகழ்பட வாழ்தல் இனிதாகும்.

நன்றிப் பயன்தூக்கி வாழ்தல் நனிஇனிதே

மன்றக் கொடும்பா டுரையாத மாண்பினிதே

அன்றறிவார் யாரென் றடைக்கலம் வெளவாத

நன்றியின் நன்கினியது இல்.

30

மாண்பு - மாட்சிமைவெளவாத - அபகரியாத

ஒருவர் செய்த உதவியினை நினைத்து வாழ்தல் இனிது (நன்றி மறவாதே). நீதி சபை-யில் நடுநிலை தவறாமல் இருத்தலின் பெருமை இனிது. யாருக்கும் தெரியாது என்று அடைக்கலமாய் வந்த பொருளை அபகரிக்காமல் இருத்தல் இனிதின் இனிது.

அடைந்தார் துயர்கூரா ஆற்றல் இனிதே

கடன்கொண்டுஞ் செய்வன செய்தல் இனிதே

சிறந்தமைந்த கேள்விய ராயினும் ஆராய்ந்து

அறிந்துரைத்தல் ஆற்ற இனிது.

31

தம்மை அடைக்கலமாக வந்தவன் துன்பத்தை நீக்குவது இனிது. கடன் வாங்கியாவது செய்ய வேண்டியவற்றைச் செய்வது இனிது. மிகச் சிறந்த நுட்பமான அறிவுடையவர்களாக இருந்தாலும் ஒரு பொருளை ஆராய்ந்து உரைப்பது இனிது ஆகும்.

சுற்றறிந்தார் கூறுங் கரும்ப் பொருள்இனிதே
பற்றமையா வேந்தன்கீழ் வாழாமை முன்இனிதே
தெற்றென இன்றித் தெளிந்தாரை தீங்கூக்காப்
பத்திமையிற் பாங்கினியது இல்.

32

தெற்றனவு - ஆராய்ந்து

கற்று அறிந்தவர்கள் கூறும் கரும்ப் பயன் இனிதாகும். அன்பில்லாத அரசனின் கீழ் வாழாதிருத்தல் இனிதாகும். ஆராயாமல் கெடுதல் செய்தவர்களுக்கு தீங்கு செய்யாமல் அன்புடையவராக இருத்தலைப் போன்று இனியது வேறு இல்லை.

ஊர்முனியா செய்தொழுகும் ஊக்கம் மிகஇனிதே
தானே மடிந்திராத் தாளாண்மை முன்இனிதே
வாய்மயங்கு மண்டமருள் மாறாத மாமன்னர்
தானை தடுத்தல் இனிது.

33

தாள் - முயற்சி

ஊரார் வெறுக்காத செயல்களைச் செய்து வரும் பெருமை மிக இனியது. தலைவனாகிய தானே, தாமத குணத்தால் யாவர்க்கும் வருகின்ற சோம்பலினால் வீழாது முயற்சியால் செயல்களை நிறைவேற்றும் தன்மை மிக இனியது.. வாள் கலக்குகின்ற போரில் மாறாத பெருமை உடைய அரசர்களின் படைகளை எதிர்த்தல் ஒர் அரசனுக்கு இனிதாகும்.

எல்லிப் பொழுது வழங்காமை முன்இனிதே
சொல்லுங்கால் சோர்வின்றச் சொல்லுதல் மாண்பினிதே
புல்லிக் கொளினும் பொருளல்லார் தங்கேண்மை
கொள்ளர் விடுதல் இனிது.

34

கேண்மை - நட்புசோர்வு - மந்தி

இரவில் செல்லாமல் இருப்பது (வழிப்பயணமாய்) இனியது. சொல்லும் இடத்து மறதி-யின்று சொல்லுதல் இனிதாகும். தானாக வலிய வந்து நட்புக் கொள்ளும் ஒருபொருட்டாக கொள்ளத்தகாக கயவர்களின் நட்பினைக் கைவிடுதல் இனிதாகும்.

ஒற்றினான் ஒற்றிப் பொருள்தெரிதல் முன்இனிதே
முற்றான தெரிந்து முறைசெய்தல் முன்இனிதே
பற்றினலாய்ப் பல்லுயிர்க்கும் பாத்தூற்றுப் பாங்கறிதல்
வெற்வேறில்(@) வேந்தர்க்கு இனிது.

35

ஒற்று - வேவுஉற்று - சமமாக

வெற்றியைத் தருகின்ற வேலையுடைய அரசனுக்கு ஒற்றரைக் கொண்டு எல்லா இடங்க-ளிலும் நிகழ்வனவற்றை ஒற்றுவித்து அவற்றின் பயனை ஆராயும் பெருமை இனியது. பிறர் செய்யும் குற்றங்களை தானே முதலிலேயே ஆராய்ந்து முறையாக தண்டம் செய்வது மிக இனியது.

ஒருவர்க்குப் பற்றிலனாய் எல்லார்க்கும் அப் பற்றினைப் பகுத்து எல்லாரிடத்தும் அவர்தம் தன்மை அறிந்து, தானும் சென்று குற்றமுளதா என்று அறிவது இனியது.

.

அவ்வித் தழுக்கா றுரையாமை முன்இனிதே
செவ்வியனாய்ச் செற்றுச் சினங்கடிந்து வாழ்வினிதே
கவ்வித்தாங் கொண்டுதாங் கண்டது காமுற்று
வவ்வார் விடுதல் இனிது.

36

அழுக்காறு - பொறாமை

மனக்கேடான பொறாமைச் சொற்களைச் சொல்லாமை இனிதாகும். மனக்கேடு இல்லா-
மல் சினத்தை விடுத்து வாழ்வது இனிதாகும். மனம் பிடிவாதமாக இருக்க, தாங்கள் கண்ட
பொருளைப் பெற விரும்பி, சமயத்தை எதிர்பார்த்து பிறர் பொருளை அபகரிக்காதவராய்
அந்த எண்ணத்தை மறந்து விடுவது இனியது.

இளமையை மூப்பென் றுணர்தல் இனிதே
கிளைஞர்மாட் டச்சின்மை கேட்டல் இனிதே
தடமென் பணைத்தோள் தளிரிய லாரை
விடமென் றுணர்தல் இனிது.

37

கிளைஞர் - சுற்றத்தார்பணை - மூங்கில்

தனக்குள்ள இளமைப் பருவத்தை மூப்பென்று உணர்தல் இனிது. சுற்றத்தாரிடமிருந்து
அச்சத்திற்குக் காரணமாகாத இனிய சொற்களைக் கேட்பது இனியது. பெரிய மென்மையான
மூங்கிலை யொத்த தோள்களையும், தளிரை யொத்த மென்மையையும் உடைய பிற
மகளிரை நஞ்சென்று உணர்வது இனியது.

சிற்றா ளுடையான் படைக்கல மாண்பினிதே
நட்டா ருடையான் பகையாண்மை முன்இனிதே
எத்துணையும் ஆற்ற இனிதென்ப பால்படுங்
சுற்றா உடையான் விருந்து.

38

நட்டார் - நண்பர்கள்ஆ - பசு

ஆயுதங்களைக் கொண்ட இளம் வீரர்கள் படை இனிது. சுற்றத்தை உடையவனின்
பகையை அழிக்கும் தன்மை மிக இனிது. கன்றோடு பொருந்திய பசுவுடையவனது விருந்து
எல்லா வகையினும் இனியது.

பிச்சைபுக் குண்பான் பிளிறாமை முன்இனிதே
துச்சி லிருந்து துயர்கூரா மாண்பினிதே
உற்றபே ராசை கருதி அறனொளூடம்

ஒற்கம் இலாமை இனிது.

39

பிளிற்றாமை - கோபம்கொள்ளாமைஒற்கம் - மனத்தளர்ச்சி

பிச்சையெடுத்து உண்பவன் கோபம் கொள்ளாதிருத்தல் இனிது. துன்பத்தில் இருந்தாலும் துன்பம் கூறாது இருப்பவனின் பெருமை இனிது. மிக்க பேராசையைக் கொண்டு அறவழி-யிலிருந்து நீங்காதிருக்கும் உறுதி இனிது.

பத்துக் கொடுத்தும் பதியிருந்து வாழ்வினிதே
வித்துற்குற் றுண்ணா விழுப்பம் மிகஇனிதே
பற்பல நாளும் பழுதின்றிப் பாங்குடைய
கற்றலிற் காழினியது இல்.

40

பத்துப் பொருள் கொடுத்தாயினும் உள்ளூரிலிருந்து வாழ்தல் இனிது. (அல்லது பத்து நற்குணங்களும் செயல்களும் என்க) விதைக்கென வைத்த தானியத்தை உண்ணாதிருத்தல் மிகவும் இனிது. தினந்தோறும் குறையற்ற, நன்மையைச் சொல்லும் நூல்களைக் கற்பதைப்-போல இனிதான செயல் வேறு ஒன்று இல்லை.

13

திறனாய்வு

வாழும் காலம் சிறிதெனினும் மனிதன் நெறிமுறைகளுடன் இனிமையாக வாழ்வது போற்றத்-
தக்கது என்பதை இனியவை நாற்பதின் வழி அறியமுடிகிறது. நாம் வாழும் சமுதாயத்தையும்
ஆட்சியாளர்களையும் அறவழியில் நடக்கச் செய்வது நம் மக்கள் கையில்தான் உள்ளது.
எனவே, ஒவ்வொரு மனிதனும் நல்ல பண்புகளுடன் வாழ்தல் அவசியம் என்பதை இக்கா-
லத்துக்கும் பொருந்தும் உண்மையை அதாவது இனிமையை இந்நூல் வலியுறுத்துகிறது.

இல்லறம் நடத்தும் விதம், விருந்தோம்பும் முறை, பெற்றோரை மதிக்கும் பாங்கு, பெரி-
யோரைத் துணைக்கொள்ளும் விதம், கல்வியின் சிறப்பு, நட்புடன் பழகல், புலால் உண்-
ணாதிருத்தல், சோம்பல் இன்மை, அரசனுக்கு இருக்க வேண்டிய பண்புகள், சினம் இல்-
லாதிருத்தல், பொறாமையின்மை, அன்புடன் பிறருடன் பழகல், நன்றியுணர்வுடன் இருத்தல்.
இன்சொற்களை கூறல், பிறன்மனை நோக்காமை, விலைமகளிரை நாடாமை, பிறருக்கு
உதவிகள் செய்தல், என்ற பாங்கில் சமுதாயத்திற்கு வேண்டிய நெறிகளை 'இனியது' எனக்-
கூறி இனிய வழியில் நம்மை நடத்திச்செல்லுதல் போற்றதலுக்குரிய ஒன்றாகும்.

திருக்குறளைப் போல் 'இனியவை நாற்பது' நூலில் கூறப்படும் நற்சிந்தனைகள் பண்டைய
உலக இலக்கியங்கள் பலவற்றோடும் பல இடங்களில் ஒத்து இருப்பதை நாம் உணரலாம்.
இனியவை நாற்பதும் கன்பியூசியஸின் தத்துவங்களான ''லுன் யூ'' களும் பல ஒத்த கருத்-
துக்களைப் பகிர்வது கவனிக்கத்தக்கது. இரண்டுமே தனிநபரின் அறங்களுக்கும் நன்னடத்-
தைகளுக்கும் முதலிடம் தருகின்றன. அருள், அறம், நேர்மை, ஒழுக்கம் ஆகியவற்றை
வாழ்வின் வழிகளாகவும், அகிம்சையை சமுதாயத்தின் அடிப்படையாகக் கொண்டும், பெரி-
யோரைப் பேணுதல் ஆகியவற்றைப் போதித்தும் நீதியைத் தழுவிய சட்டதிட்டங்களைப்
போற்றியுமே உலகின் தலையான தத்துவ நூல்களும் மதபோதக நூல்களும் எழுந்துள்ளன
என்பதை மறுக்க இயலாது.

''இனியவை நாற்பது'' இயல்பான ஒரு சிறிய அறநூலாகத் தோன்றினாலும், இது ஒரு
நடைமுறை அறவழி வாழ்வுக்கான படைப்பாகும். அஃது ஒரு மனிதனுக்கு இந்த உலகத்-
தோடும்அதில் வாழும் பல்லுயிரோடும் உள்ள அறவழித் தொடர்பினைசுட்டிக்காட்டி அதன்
இனிமையைப் போற்றி வாழ்வை மகிழ்ச்சியாக வைத்துக்கொள்ளும் நோக்குடன் எழுதப்பட்-
டது. ஒரு சிறந்த செய்யுள் நூலாகவோ படைப்பிலக்கியமாகவோ திகழும் நோக்கோடு இந்-

நூல் எழுதப்படவில்லை என்றும் இந்நூலில் கவிரசம் ததும்பும் இடங்களும் உவமைகளும் மிகவும் குறைவென்றே கூறலாம். இருப்பினும், இந்நூல் பாண்டியநாட்டு வழக்கங்கள், வேளாண்மை முறைகள், கிராமப் பிண்ணனி, நிலவளம் பற்றிய தகவல்கள் பற்றி மறை-முகமாக அறியத் தருகிறது. அதேவேளையில் இந்நூல் காட்டும் சில அறங்கள் இன்று வலியுறுத்தப் படுவதில்லை அல்லது நாகரீக வளர்ச்சியில், மக்களாட்சியில் அக்கருத்துக்கள் வேறுகோணத்தில் பார்க்கப்படுகின்றன. இருப்பினும், இந்நூல் இக்காலத்திற்கும் இனிதுவாழ தேவைப்படும் குணங்களை, செயல்களை, அறங்களை வரிகளாக தன்னுள் பதித்துக்கொண்-டுள்ளது. இக்கருத்துக்கள் சமுதாயத்தை நெறிப்படுத்துவதோடு நாகரீக வளர்ச்சிக்கும் வித்-திடுகின்றன. அவைகள் மரபு, கற்றல், அனுபவம், தெளிவு, நட்பு மற்றும் தொலைநோக்குப் பார்வையின் வெளிப்பாடாக அமைந்துள்ளது. 'இனிது' என்னும் அதிர்வலைகளை மனதில் ஏற்படுத்தி இனிமைதருகிறது. எனவே, இன்றும் இனிவற்றைக் காட்டும் சிறந்த வழிகாட்டியாக இந்நூல் விளங்குகிறது எனலாம்.

பல்லுயிர்கள் நலம் பெற்று
நாடு வளம் பெற்று
மக்கள் வாழ்வு இனிதாகட்டும்

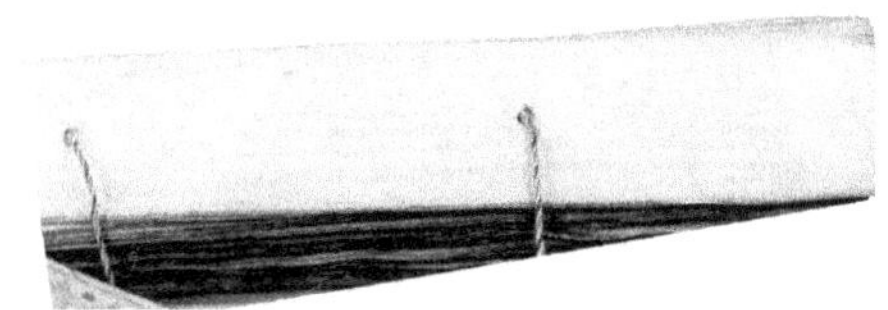

இனிது

www.ingramcontent.com/pod-product-compliance
Lightning Source LLC
Chambersburg PA
CBHW052205150726
48002CB00003B/1124